ENDASTA HAWAÍSKI MAÐKABÓKIN

Skoðaðu líflega matargerð Hawaii-eyja - frá hefðbundnu uppáhaldi til nútímalegrar ánægju

Soffía Rún Egilsdóttir

Höfundarréttarefni ©2023

Allur réttur áskilinn

Engan hluta þessarar bókar má nota eða senda á nokkurn hátt eða á nokkurn hátt án skriflegs samþykkis útgefanda og höfundarréttarhafa, nema stuttar tilvitnanir sem notaðar eru í umsögn. Þessi bók ætti ekki að koma í staðinn fyrir læknisfræðilega, lögfræðilega eða aðra faglega ráðgjöf.

EFNISYFIRLIT

EFNISYFIRLIT 3
KYNNING 6
Morgunmatur 7
   1. Hawaiian haframjöl með ananas og kókos 8
   2. Hawaiian Graskerbaka frönsk ristað brauð 10
   3. Haframjöl Hawaiian brauð 12
   4. Hawaii eggjakaka 14
   5. Ananas Chia búðingur 16
   6. Hawaiian frönsk ristað brauð 18
   7. Gylltar vöfflur með Hawaiian ávöxtum 20
   8. Hawaiian ávöxtum Crêpes 23
   9. Hawaiian Kókosbúðingur 25
   10. Hawaiian pönnukökur 27
   11. Hawaiian jógúrtskál 29
   12. Hawaiian Ávaxta Smoothie skál 31
   13. Mangó kókospönnukökur 33
   14. Hawaiian Acai Skál 35
   15. Kókos Mangó Quinoa morgunverðarskál 37
   16. Papaya Lime morgunmatur Parfait 39
   17. Hawaiian morgunmatur Burrito 41
   18. Kókosbananabrauð 43
   19. Hawaiian morgunmatur Tacos 45
   20. Hawaiian Avókadó ristað brauð 47
FORRÉTTIR OG SNARL 49
   21. Hawai-rækjuspjót 50
   22. Hawaiian smjör mochi 52
   23. Furikake Chex Mix 54
   24. Ástríðubarir 56
   25. Ástaraldin Curd kleinuhringir 59
   26. Hawaiian Kókosbúðingur 63
   27. Hawaiian Brúnkökur 65
   28. Hawaiian Nachos 67
   29. Hawaiian Snarl blanda 69
   30. Hawaiian Kokteill ceviche 71
   31. Hawaiian sítrónu próteinbitar 73

32. Hawaiian Walnut Pizza 75
33. Ananas kókos orkuboltar 77
34. Hawaiian Ávöxtum Kabobs 79
35. Kókoshnetupopp 81
36. Kókos Lime Guacamole 83
37. Kókosrækjur 85
38. Hawaiian Mangó Salsa Rulla-Ups 87
39. Kókosbananabitar 89
40. Hawaiian jógúrtdýfa 91
41. Hawaiian ávaxtasalat 93

AÐALRÉTTUR 95

42. Hawaiian Grillaður túnfiskur með þangi 96
43. Hollenskur ofn Hawaiian Kjúklingur 99
44. Hawaii hrísgrjónapott 101
45. Hörpuskel í Hawaiian stíl 103
46. Hawaiian kjötbollur 105
47. Hawaiian ramen-pönnu 107
48. Hawaiian Pizza 109
49. Hawaiian BBQ svínarifin 111
50. Caribbean Grilled Steik með Ananas Salsa 113
51. Rjómakennt Hawaiian ávaxtasalat 115
52. Hawaiian Ananaskjúklingur 117
53. Smakkaðu Hitabeltið rækju 119
54. Caribbean Grilled Svínakjöt með Hawaiian Salsa 121
55. Humarhali með grilluðum Hawaiian ávöxtum 123
56. Hawaiian Svarta baun Salat með Mangó 125
57. Hawaii hrísgrjónaskál 127
58. Hawaiian svínakebab 129
59. Jamaískt skíthæll svínakjöt 131
60. Mangó Karrí Tófú .... **Error! Bookmark not defined.**
61. Caribbean Svarta baun og Mangó Quinoa salat 135
62. Hawaiian Teriyaki kjúklingur 137
63. Kókos Lime Rækju Karrý 139
64. Jamaísk karrýgeit 141
65. Fiskur Tacos í karabíska stíl 143
66. Mangó gljáður lax 145
67. Karíbískt grænmetiskarrí 147
68. Jerk Kjúklingur með Mangó Salsa 150
69. Kalua svínakjöt 152

EFTIRLITUR 154
70. Hawaiiananashnetukaka 155
71. Hawaiian Pudding baka 157
72. Hawaiian ávöxtur pavlova 159
73. Hawaiian Margarita Sorbetó 161
74. Kókos & Ananas Hawaii Rjómaís 163
75. Hawaiian smáatriði 165
76. Rúlluís frá Hawaii 167
77. Hawaiian ávaxtamús 169
78. Hawaiian ávaxtaserbet 171
79. Mangó Kókos Chia ísl 173
80. Mangó Kókos Panna Cotta 175
81. Piña Colada bollakökur 177
82. Passíuávaxtamús 179
83. Mangó Sticky Hrísgrjón 181
84. Guava ostakaka 183
85. Ananas kaka á hvolfi 186
86. Kókosmakkarónur 188
87. Ananas kókosís 190
88. Kókos hrísgrjónabúðingur 192
89. Mangó kókosterta 194
90. Papaya Lime Sorbetó 197
91. Kókosbananabúðingur 199
92. Ananas kókosmola 201

KOKTEILAR, HRISTINGAR OG SMOOTHIES 203
93. Hawaiian Sólarupprás Hrista 204
94. Blár Hawaii 206
95. Hawaiian Margarita 208
96. Mangó Mojito Mocktail 210
97. Kókoslimeade 212
98. Hawaiian Sangria 214
99. Vatnsmelóna lime kælir 216
100. Mangó grænt te 218

NIÐURSTAÐA 220

KYNNING

Velkomin í heillandi heim Hawaii-matargerðar! Í þessari matreiðslubók bjóðum við þér að leggja af stað í matreiðsluferð til hitabeltisparadísarinnar Hawaii-eyja. Með sinni einstöku blöndu af menningaráhrifum og miklum náttúruauðlindum býður Hawaiian matargerð upp á yndislega samruna bragða, lita og ilms sem mun flytja bragðlaukana þína til sólblöktra stranda og gróskumiks landslags.

Hawaii-eyjar eru ekki aðeins þekktar fyrir töfrandi náttúrufegurð heldur einnig fyrir ríka matreiðsluarfleifð. Allt frá hefðbundnum Hawaii-réttum sem eiga rætur í pólýnesískum hefðum til nútímatúlkunar innblásinna af hinum fjölbreyttu innflytjendasamfélögum, matargerð Hawaii er sannur suðupottur af bragði. Í þessari matreiðslubók fögnum við líflegu og fjölbreyttu matreiðsluteppi eyjanna og kynnum þér safn uppskrifta sem fanga kjarna Hawaii-matargerðar.

Innan þessara síðna muntu uppgötva fjársjóð af uppskriftum sem sýna einstaka bragði eyjanna. Allt frá helgimyndaréttum eins og Kalua svínakjöti og potaskálum til hrífandi sjávarrétta og suðrænum eftirréttum, við höfum safnað saman safni sem endurspeglar fjölbreyttar matreiðsluhefðir Hawaii. Hvort sem þú ert að leita að bragði af ekta Hawaiian rétt eða ert að leita að því að bæta snertingu af eyjunum við daglega matreiðslu þína, þá hefur þessi matreiðslubók eitthvað fyrir alla.

En þessi matreiðslubók er meira en bara samansafn af uppskriftum. Við kafum einnig ofan í ríka sögu og menningarlega þýðingu á bak við matargerð á Hawaii, og bjóðum upp á innsýn í hráefni, matreiðslutækni og siði sem móta matarmenningu eyjarinnar. Við munum leiðbeina þér í gegnum notkun staðbundins hráefnis, kynna fyrir þér hefðbundnar matreiðsluaðferðir og deila ábendingum um að búa til ekta Hawaiian matarupplifun á þínu eigin heimili.

Svo hvort sem þú ert að halda samkomu með Hawaii-þema, leita að innblástur fyrir fjölskyldumáltíð eða einfaldlega þrá að smakka paradís, láttu The Ultimate Hawaiian Cookbook vera leiðarvísir þinn. Vertu tilbúinn til að sökkva þér niður í lifandi bragði Hawaii og farðu í matreiðsluævintýri sem mun flytja þig að ströndum Kyrrahafsins.

Morgunmatur

1. Hawaiian haframjöl með ananas og kókos

HRÁEFNI:
- 2 bollar gamaldags hafrar
- 3 bollar vatn
- 1/2 tsk kosher salt
- 1/3 bolli sneiðar möndlur eða saxaðar pekanhnetur
- 1/2 bolli ananasbitar

TOPPING
- 3 - 4 tsk ljós púðursykur valfrjálst
- 1/4 bolli ananasbitar
- 1/4 bolli sætt kókoshneta venjulegt eða ristað
- 2 matskeiðar möndlur eða saxaðar pekanhnetur

LEIÐBEININGAR:
a) Blandið höfrum, vatni, salti, hnetum og ananas saman í meðalstóran pott við miðlungsháan hita.
b) Látið suðuna koma upp og lækkið síðan niður í suðu.
c) Látið malla í 3-5 mínútur þar til haframjölið þykknar.
d) Skellið í skálar, stráið sykri yfir og álegg eftir þörfum. Njóttu!

2. Hawaiian Graskersbakafranskt brauð

HRÁEFNI:
- 1 brauð franskt, ítalskt, challah eða Hawaii brauð, skorið í 1 tommu sneiðar
- 3 egg, þeytt
- 1½ bolli mjólk
- 1 bolli hálf og hálf
- ½ bolli eggjavara
- 1 msk graskersbökukrydd
- 1 tsk vanilluþykkni
- ¼ teskeið salt
- ½ bolli púðursykur, pakkaður
- 1 matskeið smjör, sneið

LEIÐBEININGAR:
a) Raðið brauðsneiðum í botninn á smurðu 13"x9" bökunarformi.
b) Þeytið saman egg, mjólk, hálft og hálft, eggjavara, krydd, vanillu og salt. Hrærið púðursykri út í; hellið blöndunni yfir brauðsneiðarnar.
c) Kælið, þakið, yfir nótt. Setjið smjör yfir og bakið, án loks, við 350 gráður í 40 til 45 mínútur.

3.Haframjöl Hawaiian brauð

HRÁEFNI:
- 4 egg
- 1½ bolli sykur
- 2½ bolli hveiti
- 2½ bollar (20 oz.) mulinn ananas, tæmd
- 3 bollar (10 oz.) kókos
- 2 tsk gos
- 1½ bolli Hafrar
- 2 tsk Salt

LEIÐBEININGAR:

a) Blandið saman eggjum og sykri og þeytið þar til létt. Sigtið hveiti, salt og gos; bætið við eggjablönduna og þeytið þar til slétt.

b) Bætið restinni af hráefnunum saman við og blandið vel saman.

c) Skeið í smurt og hveitistráð 9x5 brauðform. Bakið við 325 gráður í 1 klst.

d) Fjarlægðu strax af pönnum.

4.Hawaiian eggjakaka

HRÁEFNI:
- 3 egg
- 2 matskeiðar kókosmjólk
- ¼ bolli hægeldaður ananas
- ¼ bolli niðurskorin paprika
- ¼ bolli niðurskorinn rauðlaukur
- ¼ bolli rifinn ostur (cheddar eða mozzarella)
- 1 matskeið saxað ferskt kóríander
- Salt og pipar eftir smekk
- Smjör eða olía til eldunar

LEIÐBEININGAR:
a) Þeytið saman egg, kókosmjólk, salt og pipar í skál.
b) Hitið eldfasta pönnu yfir meðalhita og bætið við smá smjöri eða olíu til að húða yfirborðið.
c) Hellið eggjablöndunni í pönnuna og látið malla í eina mínútu þar til brúnirnar byrja að stífna.
d) Stráið hægelduðum ananas, papriku, rauðlauk, rifnum osti og söxuðum kóríander yfir helminginn af eggjakökunni.
e) Brjótið hinum helmingnum af eggjakökunni yfir fyllinguna með spaða.
f) Eldið í aðra mínútu eða þar til osturinn bráðnar og eggjakakan er soðin í gegn.
g) Renndu eggjakökunni á disk og berðu fram heita.
h) Njóttu Hawaii-bragðsins af dýrindis eggjakökunni!

5.Ananas Chia búðingur

HRÁEFNI:
- 1 (13,5 aura) dós af kókosmjólk
- 1 bolli 2% hrein grísk jógúrt
- ½ bolli chiafræ
- 2 matskeiðar hunang
- 2 matskeiðar sykur
- 1 tsk vanilluþykkni
- Klípa af kosher salti
- 1 bolli skorið mangó
- 1 bolli hægeldaður ananas
- 2 matskeiðar rifinn kókos

LEIÐBEININGAR:

a) Í stórri skál, þeytið saman kókosmjólk, jógúrt, chia fræ, hunang, sykur, vanillu og salt þar til það hefur blandast vel saman.
b) Skiptu blöndunni jafnt í fjórar (16 aura) mason krukkur.
c) Lokið og kælið yfir nótt, eða í allt að 5 daga.
d) Berið fram kalt, toppað með mangó og ananas og stráð yfir kókos.

6.Hawaiian frönsk ristað brauð

HRÁEFNI:

- 4 brauðsneiðar
- 2 egg
- ½ bolli kókosmjólk
- 1 tsk vanilluþykkni
- 1 matskeið hunang eða hlynsíróp
- Klípa af salti
- Bananar í sneiðar og mangó til áleggs
- Hlynsíróp eða hunang til að drekka

LEIÐBEININGAR:

a) Í grunnri skál, þeytið saman egg, kókosmjólk, vanilluþykkni, hunang eða hlynsíróp og salt.
b) Dýfðu hverri brauðsneið í eggjablönduna og leyfðu henni að liggja í bleyti í nokkrar sekúndur á hvorri hlið.
c) Hitið non-stick pönnu eða pönnu yfir miðlungshita og smyrjið létt með smjöri eða olíu.
d) Eldið bleytu brauðsneiðarnar á pönnunni þar til þær eru gullinbrúnar á báðum hliðum.
e) Flyttu franska ristuðu brauði yfir á diska.
f) Toppið með sneiðum bananum og mangó.
g) Dreypið hlynsírópi eða hunangi yfir.
h) Njóttu Hawaiian ívafi á klassískum frönsku brauði!

7.Gylltar vöfflur með Hawaiian ávöxtum

HRÁEFNI:
DÖÐLUSMJÖR
- 1 stafur ósaltað smjör, stofuhita
- 1 bolli grófsaxaðar döðlur

VAFFLUR
- 1 ½ bolli alhliða hveiti
- 1 bolli grófmalað semolina hveiti
- ¼ bolli kornsykur
- 2 ½ tsk lyftiduft
- ½ tsk matarsódi
- ¾ tsk gróft salt
- 1 ¾ bollar nýmjólk, stofuhita
- ⅓ bolli sýrður rjómi, stofuhita
- 1 stafur ósaltað smjör, brætt
- 2 stór egg, stofuhita
- 1 tsk hreint vanilluþykkni
- Matreiðsluúði úr jurtaolíu
- Niðurskornir kíví- og sítrusávextir, saxaðar pistasíuhnetur og hreint hlynsíróp, til framreiðslu

LEIÐBEININGAR:
DÖÐLUSMJÖR:
a) Púlsaðu smjör og döðlur í matvinnsluvél, skafðu niður hliðarnar nokkrum sinnum, þar til þær eru sléttar og blandaðar. Döðlusmjör má búa til allt að viku fram í tímann og geyma í kæli; látið ná stofuhita fyrir notkun.

VAFFLUR:
b) Þeytið saman hveiti, sykur, lyftiduft, matarsóda og salt í stórri skál. Í sérstakri skál, þeytið saman mjólk, sýrðan rjóma, smjör, egg og vanillu.

c) Þeytið mjólkurblönduna út í hveitiblönduna bara til að blandast saman.

d) Forhitið vöfflujárnið. Húðaðu með þunnu lagi af matreiðsluúða. Hellið 1 ¼ bolla af deigi fyrir hverja vöfflu í miðju járnsins, leyfðu því að dreifast næstum út á brúnirnar.

e) Lokaðu lokinu og eldaðu þar til gullbrúnt og stökkt, 6 til 7 mínútur.

f) Fjarlægðu úr járni og kastaðu fljótt á milli handanna nokkrum sinnum til að losa um gufu og hjálpa til við að halda stökkinni, flyttu síðan yfir á vír grind sett í ofnlaga bökunarplötu; haldið heitum í 225 gráðu heitum ofni þar til tilbúið er til framreiðslu.

g) Endurtaktu húðun á járninu með meira matreiðsluúða á milli lota.
Berið fram með döðlusmjöri, ávöxtum, pistasíuhnetum og sírópi.

8.Hawaiian ávaxta crêpes

HRÁEFNI:

- 4 aura venjulegt hveiti, sigtað
- 1 klípa Salt
- 1 tsk púðursykur
- 1 egg ásamt einni eggjarauðu
- ½ pint mjólk
- 2 matskeiðar Brædd smjör
- 4 aura sykur
- 2 matskeiðar Brandy eða romm
- 2½ bollar Hawaiian ávaxtablanda

LEIÐBEININGAR:

a) Til að búa til Crêpe deigið skaltu setja hveiti, salt og flórsykur í skál og blanda saman.

b) Þeytið smám saman egg, mjólk og smjör út í. Látið standa í að minnsta kosti 2 klst.

c) Hitið létt smurða pönnu, hrærið deigið og notið til að búa til 8 crêpes. Halda hita.

d) Til að búa til fyllinguna skaltu setja Hawaiian ávaxtablönduna í pott með sykrinum og hita varlega þar til sykurinn leysist upp.

e) Látið suðuna koma upp og hitið þar til sykurinn karamellist. Bætið brennivíninu út í.

f) Fylltu hverja Crêpe af ávöxtum og berðu strax fram með rjóma eða creme fraiche.

9.Kókoshnetubúðingur frá Hawaii

HRÁEFNI:
- ¾ bolli gamaldags glútenlausir hafrar
- ½ bolli ósykrað rifin kókos
- 2 bollar af vatni
- 1¼ bollar kókosmjólk
- ½ tsk malaður kanill
- 1 banani, skorinn í sneiðar

LEIÐBEININGAR:
a) Notaðu skál og blandaðu saman höfrum, kókos og vatni. Lokið og kælið yfir nótt.
b) Færið blönduna yfir í lítinn pott.
c) Bætið mjólkinni og kanil út í og látið malla í um 12 mínútur við meðalhita.
d) Takið af hellunni og látið standa í 5 mínútur.
e) Skiptið á milli 2 skálar og toppið með bananasneiðunum.

10. Hawaii pönnukökur

HRÁEFNI:
- 1¾ bollar gamaldags rúllaðir hafrar
- 1½ tsk lyftiduft
- 1 tsk matarsódi
- ½ tsk kanill
- ¼ teskeið salt
- 1 þroskaður meðalstór banani, stappaður
- 2 matskeiðar kókosolía, brætt
- 1 matskeið hlynsíróp
- 1 stórt egg
- 1 tsk vanilluþykkni
- ¾ bolli 2% léttmjólk
- ½ bolli niðursoðin fullfeiti kókosmjólk
- ½ bolli fínt skorinn ananas
- ½ bolli fínt skorið mangó

LEIÐBEININGAR:

a) Bætið öllu hráefninu, nema ananas og mangó, í blandara.
b) Blandaðu blöndunni í blandarann þar til þú hefur sléttan vökva.
c) Hellið pönnukökudeiginu í stóra skál.
d) Hrærið ananas og mangó saman við.
e) Látið deigið hvíla í 5 til 10 mínútur. Þetta gerir allt hráefninu kleift að sameinast og gefur deiginu betri samkvæmni.
f) Sprautaðu ríkulega jurtaolíu á pönnu eða pönnu sem festist ekki við og hitaðu við miðlungs lágan hita.
g) Þegar pönnuna er orðin heit, bætið deiginu út í með því að nota ¼ bolla mæliglas og hellið deiginu í pönnuna til að búa til pönnukökuna. Notaðu mælibikarinn til að móta pönnukökuna.
h) Eldið þar til hliðarnar virðast stífnar og loftbólur myndast í miðjunni (um það bil 2 til 3 mínútur), snúið síðan pönnukökunni við.
i) Þegar pönnukakan er elduð á þeirri hlið skaltu taka pönnukökuna af hellunni og setja á disk.

11. Hawaiian jógúrtskál

HRÁEFNI:
- Ananasbitar, sneiddir
- Kiwi, sneið
- Mangó sneiðar
- ½ bolli grísk jógúrt
- Kókosflögur
- saxaðar heslihnetur

LEIÐBEININGAR:

a) Í skál skaltu ausa grísku jógúrtinni ofan í og toppa með ávöxtum og öðru áleggi.

12. Hawaiian ávaxtasmoothie skál

HRÁEFNI:
- 1 þroskaður banani
- 1 bolli frosnir mangóbitar
- 1 bolli frosnir ananasbitar
- ½ bolli kókosmjólk
- Álegg: sneið kiwi, rifin kókos, granóla, chia fræ

LEIÐBEININGAR:

a) Blandaðu saman banana, mangóbitum, ananasbitum og kókosmjólk í blandara.

b) Blandið þar til slétt og rjómakennt.

c) Hellið smoothie í skál.

d) Toppið með sneiðum kiwi, rifnum kókoshnetu, granóla og chiafræjum.

e) Njóttu hressandi Hawaiian ávaxta smoothie skálarinnar þinnar!

13.Mangó kókospönnukökur

HRÁEFNI:
- 1 bolli alhliða hveiti
- 1 matskeið sykur
- 1 tsk lyftiduft
- ½ tsk matarsódi
- ¼ teskeið salt
- 1 bolli kókosmjólk
- ½ bolli mangómauk
- 1 egg
- 2 matskeiðar bráðið smjör
- Niðurskorið mangó til áleggs

LEIÐBEININGAR:

a) Í skál, þeytið saman hveiti, sykur, lyftiduft, matarsóda og salt.

b) Í annarri skál, blandaðu saman kókosmjólk, mangó mauki, eggi og bræddu smjöri.

c) Hellið blautu hráefnunum í þurrefnin og hrærið þar til það hefur blandast saman.

d) Hitið non-stick pönnu eða pönnu yfir miðlungshita og smyrjið létt með smjöri eða olíu.

e) Hellið ¼ bolla af deiginu á pönnuna fyrir hverja pönnuköku.

f) Eldið þar til loftbólur myndast á yfirborðinu, snúið síðan við og eldið hina hliðina þar til þær eru gullinbrúnar.

g) Berið fram mangó kókos pönnukökurnar með sneiðum mangó ofan á.

h) Njóttu Hawaiian bragðsins af þessum dúnkenndu pönnukökum!

14. Hawaiian Acai Skál

HRÁEFNI:
- 2 frosnar acai pakkar
- 1 þroskaður banani
- ½ bolli frosin blönduð ber
- ½ bolli kókosvatn eða möndlumjólk
- Álegg: banani í sneiðar, kiwi, ber, granóla, kókosflögur

LEIÐBEININGAR:
a) Í blandara blandaðu frosnum acai pakkningum, þroskuðum banana, frosnum blönduðum berjum og kókosvatni eða möndlumjólk þar til slétt og þykkt.
b) Hellið acai blöndunni í skál.
c) Toppið með sneiðum banana, kiwi, berjum, granóla og kókosflögum.
d) Raðið álegginu að vild ofan á acai blönduna.
e) Berið fram strax og njóttu frískandi og næringarríku Hawaiian acai skálarinnar!

15.Kókos Mangó Quinoa morgunverðarskál

HRÁEFNI:
- ½ bolli soðið kínóa
- ¼ bolli kókosmjólk
- 1 þroskað mangó, skorið í teninga
- 2 matskeiðar rifinn kókos
- 1 matskeið hunang eða hlynsíróp
- Valfrjálst álegg: sneiðar möndlur, chia fræ

LEIÐBEININGAR:
a) Í skál, blandaðu saman soðnu kínóa, kókosmjólk, hægelduðum mangó, rifnum kókos og hunangi eða hlynsírópi.
b) Hrærið vel til að blanda öllu hráefninu saman.
c) Ef þess er óskað skaltu bæta við viðbótaráleggi eins og sneiðum möndlum og chiafræjum.
d) Njóttu Hawaii-bragðsins af þessari næringarríku kókosmangó kínóa morgunverðarskál!

16. Papaya Lime Morgunverður Parfait

HRÁEFNI:
- 1 þroskuð papaya, skorin í teninga
- Safi úr 1 lime
- 1 bolli grísk jógúrt
- ¼ bolli granóla
- 2 matskeiðar hunang eða hlynsíróp
- Fersk myntulauf til skrauts

LEIÐBEININGAR:
a) Blandið saman niðurskornum papaya og limesafa í skál. Kasta varlega til að húða papaya með lime safa.
b) Í glösum eða skálum skaltu setja papayablönduna, gríska jógúrt og granóla í lag.
c) Dreypið hunangi eða hlynsírópi ofan á.
d) Skreytið með fersku myntulaufi.
e) Njóttu hressandi og bragðmikils papaya lime morgunverðarparfait!

17. Hawaiian morgunmatur Burrito

HRÁEFNI:
- 2 stórar tortillur
- 4 egg, hrærð
- ½ bolli hægeldaður ananas
- ½ bolli niðurskorin paprika
- ¼ bolli niðurskorinn rauðlaukur
- ¼ bolli rifinn ostur (cheddar eða mozzarella)
- Ferskt kóríander til skrauts
- Salt og pipar eftir smekk
- Salsa eða heit sósa til framreiðslu (valfrjálst)

LEIÐBEININGAR:
a) Eldið hrærð egg á pönnu þar til þau eru tilbúin. Kryddið með salti og pipar.
b) Hitið tortillurnar í sérstakri pönnu eða örbylgjuofni.
c) Skiptið eggjahrærunni, hægelduðum ananas, niðurskornum papriku, hægelduðum rauðlauk og rifnum osti á milli tortillanna.
d) Brjótið hliðarnar á tortillunum saman við og rúllið þeim upp til að mynda burritos.
e) Valfrjálst: Ristaðu burritos létt á pönnu til að stökkva þau upp.
f) Skreytið með fersku kóríander.
g) Berið fram með salsa eða heitri sósu, ef vill.
h) Njóttu Hawaiian ívafi á klassískum morgunverðarburrito!

18.Kókos bananabrauð

HRÁEFNI:
- 2 þroskaðir bananar, maukaðir
- ½ bolli kókosmjólk
- ¼ bolli brædd kókosolía
- ¼ bolli hunang eða hlynsíróp
- 1 tsk vanilluþykkni
- 1 ¾ bollar alhliða hveiti
- 1 tsk lyftiduft
- ½ tsk matarsódi
- ¼ teskeið salt
- ¼ bolli rifinn kókos
- Valfrjálst: ½ bolli saxaðar Hawaiian hnetur

LEIÐBEININGAR:
a) Forhitið ofninn í 350°F (175°C) og smyrjið brauðform.
b) Í stórri skál skaltu sameina maukaða banana, kókosmjólk, brædda kókosolíu, hunang eða hlynsíróp og vanilluþykkni. Blandið vel saman.
c) Í sérstakri skál, þeytið saman hveiti, lyftiduft, matarsóda og salt.
d) Bætið þurrefnunum smám saman út í blautu hráefnin og hrærið þar til það hefur blandast saman.
e) Blandið rifnum kókos og söxuðum hnetum saman við (ef það er notað).
f) Hellið deiginu í tilbúið brauðformið og dreifið því jafnt yfir.
g) Bakið í 45-55 mínútur eða þar til tannstöngull sem stungið er í miðjuna kemur hreinn út.
h) Takið úr ofninum og látið kókosbananabrauðið kólna á pönnunni í nokkrar mínútur.
i) Færið brauðið yfir á vírgrind til að kólna alveg.
j) Skerið og berið fram dýrindis Hawaiian kókos bananabrauð.

19. Hawaiian morgunmatur Tacos

HRÁEFNI:
- 4 litlar maístortillur
- 4 egg, hrærð
- ½ bolli hægeldaður ananas
- ¼ bolli niðurskorin rauð paprika
- ¼ bolli niðurskorinn rauðlaukur
- ¼ bolli hakkað ferskt kóríander
- Safi úr 1 lime
- Salt og pipar eftir smekk
- Valfrjálst álegg: avókadó í sneiðar, salsa, heit sósa

LEIÐBEININGAR:

a) Blandið saman hægelduðum ananas, rauðum papriku, rauðlauk, kóríander, limesafa, salti og pipar í skál. Blandið vel saman.

b) Hitið maístortillurnar í pönnu eða örbylgjuofni.

c) Fylltu hverja tortillu með eggjahræru og toppaðu með Hawaiian ananas salsa.

d) Bættu við valfrjálsu áleggi eins og sneiðum avókadó, salsa eða heitri sósu.

e) Berið fram dýrindis Hawaiian morgunmat taco.

20. Hawaiian avókadó ristað brauð

HRÁEFNI:
- 2 sneiðar af heilkornabrauði, ristaðar
- 1 þroskað avókadó, afhýtt og skorið
- Safi úr ½ lime
- ¼ bolli hægeldaður ananas
- ¼ bolli skorið mangó
- 1 matskeið saxað ferskt kóríander
- Salt og pipar eftir smekk
- Valfrjálst álegg: radísur í sneiðar, örgrænt eða fetaostur

LEIÐBEININGAR:

a) Maukið þroskað avókadó í skál með gaffli.

b) Bætið límónusafanum, hægelduðum ananas, hægelduðum mangó, hakkaðri kóríander, salti og pipar út í.

c) Blandið vel saman þar til allt hráefnið hefur blandast saman.

d) Dreifið avókadóblöndunni jafnt á ristuðu brauðsneiðarnar.

e) Toppið með valfrjálsu áleggi ef vill, svo sem sneiðar radísur, örgrænt eða mulinn fetaostur.

f) Berið fram Hawaiian avókadó ristað brauð sem dýrindis og seðjandi snarl eða létta máltíð.

g) Njóttu rjómalöguðu avókadósins ásamt sætum og kraftmiklum Hawaiian ávöxtunum!

FORRÉTTIR OG SNARL

21.Hawaiian rækjuspjót

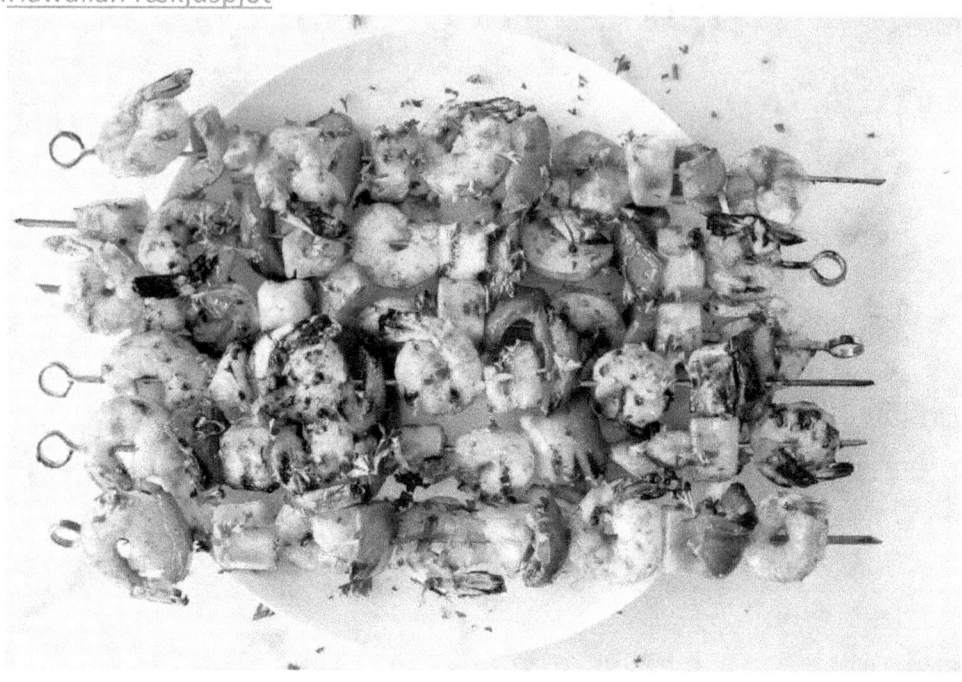

HRÁEFNI:
- 1/2 pund rækjur, afhýddar, afvegaðar og ósoðnar
- 1/2 pund flóa eða sjávar hörpuskel
- 1 dós ananasbitar í safa
- 1 græn paprika, skorin í báta
- beikon sneiðar

SÓSA:
- 6 aura grillsósa
- 16 aura salsa
- 2 matskeiðar ananassafi
- 2 matskeiðar hvítvín

LEIÐBEININGAR:

a) Blandið hráefninu í sósuna þar til það er jafnt blandað.

b) Skerið ananasbita, rækjur, hörpuskel, paprikubáta og beikonsneiðar samanbrotnar.

c) Stráið teini jafnt á hvorri hlið og grillið.

d) Eldið þar til rækjur eru bleikar á litinn. Berið fram með hrísgrjónum.

22. Hawaiian smjör mochi

HRÁEFNI:
- 3 bollar sætt hrísgrjónamjöl (mochiko)
- 2¼ bollar kornsykur
- 2 tsk. lyftiduft
- ¼ tsk. salt
- 2 (14 oz.; 400 ml) dósir ósykrað kókosmjólk
- 1 bolli nýmjólk
- 5 stór egg
- 8 msk. smjör, brætt
- 2 tsk. vanilludropar

LEIÐBEININGAR:

a) Hitið ofninn í 340°F (171°C). Smyrjið 9×13 tommu (23×33cm) bökunarform með nonstick eldunarúða og setjið til hliðar.

b) Blandið saman sætu hrísgrjónahveiti, sykri, lyftidufti og salti í meðalstórri skál.

c) Þeytið saman ósykraða kókosmjólk, nýmjólk, egg, smjör og vanilluþykkni í sér meðalstórri skál.

d) Bætið hveitiblöndunni við eggjablönduna, þeytið til að blandast saman. Hellið blöndunni í tilbúna pönnu.

e) Bakið í 1 klukkustund eða þar til þær eru létt gullin og brúnar í kringum brúnirnar. Kælið alveg áður en skorið er í 24 ferninga.

23. Furikake Chex Mix

HRÁEFNI:
- 1 kassi Hveiti Chex
- 1 kassi Maís Chex
- 1 kassi Honeycomb korn
- 1 poki (í hvaða stærð sem er) Fritos
- 1 poki (í hvaða stærð sem er) púður
- 1 poki (í hvaða stærð og lögun sem er) kringlur
- 1 bolli smjör
- ½ bolli Karo síróp (eða hunang)
- ⅔ bolli sykur
- ⅔ bolli jurtaolía
- 2 matskeiðar sojasósa
- 1 flaska Nori Goma Furikake

LEIÐBEININGAR:
a) Forhitið ofninn í 250F.
b) Skiptið hveiti (eða hrísgrjónum) Chex, Maís Chex, Honeycomb morgunkorni, Bugles, Fritos og Pretzels jafnt á milli tveggja pönnu í tveimur stórum pönnum. Setja til hliðar.
c) Gerðu nú sírópið. Bræðið smjörið í potti. Þegar það hefur bráðnað skaltu bæta við Karo sýrópinu (eða hunanginu), sykri, jurtaolíu og sojasósu. Hrærið til að blanda saman.
d) Hellið sírópinu yfir tvær pönnur af chex mix, passið að skipta sírópinu jafnt á milli tveggja pönnuna. Notaðu tvær stórar skeiðar/spaða, blandaðu chex blöndunni þar til allir bitarnir eru jafnhúðaðir með sírópinu.
e) Hellið síðan allri flöskunni af Nori Goma Furikake út í, skipt á milli pönnuna. Hrærið þar til furikake hefur blandast jafnt.
f) Bakið við 250F í 1 klst. Taktu pönnuna út á 15 mínútna fresti til að blanda/blanda til að tryggja að hún eldist jafnt.
g) Takið úr ofninum, látið kólna. Skiptið svo í poka/ílát og deilið. Allir elska Furikake Chex Mix!

24. Ástríðuávaxtabarir

HRÁEFNI:
FYRIR SKORPAN:
- 8 oz ósaltað smjör, brætt og örlítið kælt
- 3,5 oz kornsykur, (1/2 bolli)
- 2 tsk vanilluþykkni
- 1/2 tsk salt
- 8,25 oz alhliða hveiti, (2 bollar)

FYRIR FYLLINGU:
- 8 stór egg
- 16,3 oz kornsykur, (2 1/3 bollar)
- 1 1/2 bolli ástríðumauki, ég notaði einn 14 oz Goya poka
- 2,12 oz alhliða hveiti, (1/2 bolli)

LEIÐBEININGAR:
TIL AÐ GERÐA SKORPA:
a) Forhitið ofninn í 350 gráður Fahrenheit. Klæddu 9x13 pönnu með álpappír þannig að hún teygi sig upp hliðarnar og úðaðu álpappírnum með eldunarúða.

b) Hrærið saman bræddu smjöri, sykri, vanillu og salti í skál. Þegar það hefur verið blandað saman skaltu bæta hveitinu við og hræra með spaða þar til það hefur blandast saman og engar hveitistrikir eru eftir. Skafið deigið í pönnuna og þrýstið því í jafnt lag. Það gæti virst svolítið feitt - þetta er eðlilegt.

c) Bakið skorpuna í 25-30 mínútur við 350 F, þar til hún er gullinbrún að ofan. Á meðan skorpan er að bakast, undirbúið fyllinguna svo hún sé tilbúin til að fara um leið og skorpan er tilbúin.

TIL AÐ GERA FYLLINGU:
d) Í stórri skál, þeytið saman eggin, strásykurinn og ástríðumaukið. Sigtið hveitið ofan á eggjablönduna og hrærið því líka út í.

e) Þegar fyllingin er búin að bakast skaltu renna grindinni hálfa leið út úr ofninum. Hellið fyllingunni yfir heita skorpuna og rennið henni aftur inn í ofninn. Lækkið hitann í 325 F og bakið í 25-30 mínútur. Það er gert þegar miðjan kippist varla við þegar þú bankar á pönnuna.

f) Þegar það er tilbúið skaltu taka pönnuna úr ofninum og láta það kólna þar til það nær stofuhita. Fyrir hreinustu skurðina skaltu kæla stangirnar og skera þær þegar þær eru alveg kaldar. Til að skera skaltu fjarlægja stangirnar af pönnunni með því að nota álpappírinn sem handföng. Notaðu stóran beittan matreiðsluhníf og þurrkaðu hann oft af á milli skurða. Stráið toppnum yfir flórsykri áður en það er borið fram. Geymið Passion Ávöxtum Bars í loftþéttum umbúðum í kæli í allt að viku.

25. Ástríðuolíuhringir

HRÁEFNI:
FYRIR Ástaraldin CURD
- 1/2 bolli (3,5 aura) kornsykur
- 3 stórar eggjarauður
- 1/4 bolli (2 vökva aura) ástríðumauki
- 2 matskeiðar (1 vökvaeyri) nýkreistur sítrónusafi
- 1/2 bolli (1 stafur // 4 aura) kalt ósaltað smjör, teningur

FYRIR kleinuhringina
- 3/4 bolli (6 vökva aura) nýmjólk
- 2 stór egg
- 2 stórar eggjarauður
- 3 1/2 bollar (17,5 aura) alhliða hveiti
- 1/4 bolli auk 1 bolli (8,75 aura) kornsykur, skipt
- 2 1/4 tsk (1 pakki) instant ger
- 1 tsk kosher salt
- 6 matskeiðar ósaltað smjör, skorið í teninga
- jurtaolía, til steikingar

LEIÐBEININGAR:
FYRIR Ástaraldin CURD

a) Þeytið saman 1/2 bolli af strásykri og 3 stórum eggjarauður í meðalþungum botna potti þar til það hefur blandast vel saman og þú hefur einsleita fölgula blöndu. Þeytið 1/4 bolla af ástríðuávöxtum og 2 msk ferskum sítrónusafa út í þar til blandan þynnist og setjið pottinn yfir meðalhita. Eldið, hrærið stöðugt í með tréskeið (og vertu viss um að nota hitaþolinn gúmmíspaða til að skafa hliðarnar á pönnunni), þar til blandan er nógu þykk til að hjúpa bakhlið skeiðar, 8 til 10 mínútur, og mælist 160 (F) á skyndilesandi hitamæli.

b) Þegar blandan hefur náð 160 (F), fjarlægðu af hitanum og þeytið 1/2 bolla af ósaltuðu smjöri í teninga, nokkra teninga í einu, aðeins bætt við þegar fyrri teningarnir eru að fullu felldir inn. Þegar öllu smjörinu hefur verið bætt út í skaltu nota fínmöskju sigti til að sía ostinn í litla glerskál. Hyljið með plastfilmu, þrýstið plastinu beint á yfirborð ostsins til að koma í veg fyrir að húð myndist. Geymið í kæli þar til það er kælt og stíft, að minnsta kosti 2 til 3 klukkustundir (en helst yfir nótt). Osturinn geymist í lokuðum glerkrukku í kæli í allt að 2 vikur.

FYRIR kleinuhringina

c) Til að undirbúa deigið skaltu koma 3/4 bolli nýmjólk að suðu við meðalhita í litlum potti. Fylgstu vel með því að mjólkin sjóði ekki upp úr. Hellið mjólkinni í vökvamælisglas og látið kólna í milli 105 (F) og 110 (F).

d) Þegar mjólkin hefur kólnað, bætið 2 stórum eggjum og 2 stórum eggjarauðum út í mjólkina og þeytið varlega til að blandast saman.

e) Í skál frístandandi hrærivélar með róðrafestingu skaltu sameina 3 1/2 bolla af alhliða hveiti, 1/4 bolli kornsykur, 2 1/4 tsk instant ger og eina teskeið kosher salt. Bætið mjólkurblöndunni saman við og blandið aðeins þar til blandast saman.

f) Skiptið yfir í deigkrókinn og hnoðið deigið á lágum hraða, um 3 mínútur. Deigið mun líta klístrað út en það er allt í lagi. Bætið við 6 msk ósaltuðu smjöri, einum teningi eða tveimur í einu.

g) Ef smjörið er ekki að blandast saman skaltu taka skálina úr hrærivélinni og hnoða smjörið inn með höndunum í eina mínútu til að byrja. Haltu bara áfram að bæta við og hnoða þar til það hefur blandast vel saman.

h) Þegar smjörið hefur verið blandað saman skaltu auka hraða hrærivélarinnar í miðlungs og hnoða deigið í nokkrar mínútur í viðbót þar til deigið er slétt og teygjanlegt. Setjið deigið yfir í létt smurða meðalstóra skál, setjið plastfilmu yfir og kælið í að minnsta kosti þrjár klukkustundir, en helst yfir nótt.

i) Þegar deigið hefur kólnað skaltu klæða tvær bökunarplötur með bökunarpappír. Sprayið smjörpappírinn ríkulega með matreiðsluúða.

j) Helltu köldu deiginu á létt hveitistráða vinnuflöt og rúllaðu því í grófan níu sinnum 13 tommu rétthyrning um það bil 1/2 tommu þykkt. Notaðu 3 1/2 tommu kökuskera til að skera út 12 deigumferðir og settu þær á tilbúnar blöð. Stráið léttum hveiti yfir hverja deighring og hyljið þá létt með plastfilmu. Setjið á heitum stað til að þeyta þar til deigið er stíft og springur hægt til baka þegar þrýst er varlega á það, um eina klukkustund.

k) Þegar þú ert tilbúinn að steikja kleinuhringina skaltu setja pappírshandklæði á vírgrind. Setjið 1 bolla kornsykur í miðlungs skál. Bætið jurtaolíu í miðlungs, þungbotna pott þar til þú hefur um það bil tvær tommur af olíu. Festu sælgætishitamæli við hliðina á pottinum og hitaðu olíuna í 375 (F). Bætið 1 til 2 kleinuhringjum varlega út í olíuna og steikið þá þar til þeir eru gullinbrúnir, um það bil 1 til 2 mínútur á hlið. Notaðu göt til að veiða kleinuhringina upp úr olíunni og færðu þá yfir á tilbúna vírgrind. Eftir um það bil 1 eða 2 mínútur, þegar kleinuhringurinn er orðinn nógu kaldur til að meðhöndla hann, skaltu henda þeim í skálina með strásykri þar til hann er húðaður. Endurtaktu með afganginum af deiginu.

l) Til að fylla kleinuhringina skaltu nota Bismarck sætabrauðsoddinn (eða handfangið á tréskeiðar) til að stinga gat í aðra hliðina á hvorum og passa að pota ekki í gegn á hina hliðina. Fylltu sætabrauðspoka með litlum hringlaga þjórfé (eða Bismarck kleinuhringi, ef þú vilt) með ástríðuostinum. Settu oddinn á sætabrauðspokanum í gatið og kreistu varlega til að fylla hvern kleinuhring. Berið fram allt ofgnótt af osti til hliðar sem ídýfasósu (það virkar líka vel með vöfflum!). Kleinuhringirnir eru bestir daginn sem þeir eru búnir til.

26.Kókoshnetubúðingur frá Hawaii

HRÁEFNI:
- 1 dós af kókosmjólk
- ½ bolli sykur
- 6 matskeiðar maíssterkju
- ¾ bolli vatn

LEIÐBEININGAR:

a) Blandið saman kókosmjólk og sykri í litlum potti. Hrærið saman og látið suðuna koma upp

b) Blandið maíssterkjunni saman við vatn og hrærið þar til maíssterkjan hefur leyst upp í vatninu

c) Þegar kókosmjólkin hefur soðið, lækkið hitann og hrærið maíssterkjunni rólega saman við

d) Haltu áfram að hræra í blöndunni þar til það er þykkt og rjómakennt

e) Hellið strax í litla 8"x8" pönnu

f) Geymið haupia í kæli. Skerið það í ferninga og berið fram.

27.Hawaiian Brownie kex

HRÁEFNI:
- ½ bolli ósaltað smjör, mildað
- 1 bolli kornsykur
- 1 stórt egg
- 1 tsk vanilluþykkni
- 1 bolli alhliða hveiti
- ¼ bolli kakóduft
- ½ tsk lyftiduft
- ¼ teskeið salt
- ½ bolli rifin kókos
- ½ bolli saxaðar macadamia hnetur
- ½ bolli saxaður þurrkaður ananas

LEIÐBEININGAR:
a) Forhitaðu ofninn þinn í 350°F. Klæðið bökunarplötu með bökunarpappír.
b) Í blöndunarskál, kremið saman mjúka smjörið og sykur þar til það er létt og loftkennt.
c) Þeytið egg og vanilludropa út í þar til það hefur blandast vel saman.
d) Í sérstakri skál, þeytið saman hveiti, kakóduft, lyftiduft og salt.
e) Bætið þurrefnunum smám saman við smjörblönduna og hrærið þar til það hefur blandast saman.
f) Blandið rifnum kókos, söxuðum macadamia hnetum og þurrkuðum ananas saman við.
g) Slepptu ávölum skeiðum af deigi á tilbúna bökunarplötuna með um það bil 2 tommu millibili.
h) Bakið í 10-12 mínútur eða þar til kökurnar eru orðnar stífar í kringum brúnirnar.
i) Leyfðu kökunum að kólna á ofnplötunni í nokkrar mínútur og færðu þær svo yfir á vírgrind til að kólna alveg.

28. Hawaiian Nachos

HRÁEFNI:
- 1 poki af tortilla flögum
- 2 bollar af rifnum mozzarellaosti
- 1 bolli skinku í teningum
- 1 bolli af hægelduðum ananas
- ½ bolli af skornum rauðlauk
- ¼ bolli hakkað kóríander

LEIÐBEININGAR:

a) Leggið tortillaflögurnar á bökunarplötu og toppið með rifnum mozzarellaosti, hægelduðum skinku, hægelduðum ananas, rauðlauk og kóríander.

b) Bakið í 10-15 mínútur eða þar til osturinn er bráðinn.

29.Hawaiian Snarl blanda

HRÁEFNI:
- 6 bollar poppað popp
- 1 bolli þurrkaður ananas
- 1 bolli ristaðar macadamia hnetur
- 1 bolli bananaflögur
- ½ bolli ristaðar kókosflögur

LEIÐBEININGAR:

a) Blandið öllu hráefninu saman í stóra skál þar til það hefur blandast vel saman.

b) Berið fram strax eða geymið í loftþéttu íláti.

30. Hawaiian kokteil ceviche

HRÁEFNI:
- ¾ pund Snapparar
- 1 pund hörpuskel; fjórðungur
- 1 lítill rauðlaukur; helmingaður, þunnt skorinn
- ¼ bolli Cilantro; gróft saxað
- 2 bollar mangó; hægelduðum
- 1½ bolli ananas; hægelduðum
- Marinade
- 1 bolli lime safi; nýkreistur
- 1 matskeið lime börkur; rifið
- 1 bolli hrísgrjónaedik
- ¼ bolli sykur
- 1½ tsk Rauð piparflögur; að smakka
- 1½ tsk Salt
- 2 tsk kóríanderfræ; mulið

LEIÐBEININGAR:

a) Blandið marineringunni saman í stóra blöndunarskál úr gleri eða ryðfríu stáli. Þeytið saman og setjið til hliðar.

b) Skolið fiskinn og hörpuskelina í köldu vatni og þurrkið með pappírshandklæði. Bætið hörpuskelinni út í marineringuna og kælið. Skerið fiskinn í ½" bita og bætið við marineringunni ásamt lauknum.

c) Hrærið varlega, hyljið og kælið í að minnsta kosti 4 klukkustundir áður en það er borið fram.

d) Hrærið af og til til að tryggja að marineringin komist jafnt inn í sjávarfangið. Hægt er að útbúa ceviche að þessu marki með allt að 2 daga fyrirvara. Um 30 mínútum áður en borið er fram, hrærið kóríander og ávöxtum út í og setjið réttinn aftur í kæli þar til hann er tilbúinn til framreiðslu.

e) Berið fram í litlum kældum skálum eða diskum eða, fyrir hátíðlegra útlit, skotglös eða kokteilglas.

31. Hawaiian sítrónu próteinbita

HRÁEFNI:
- 1¾ bollar kasjúhnetur
- ¼ bolli kókosmjöl
- ¼ bolli ósykrað rifin kókos
- 3 matskeiðar hrátt hampsfræ
- 3 matskeiðar hlynsíróp
- 3 matskeiðar ferskur sítrónusafi

LEIÐBEININGAR:

a) Setjið kasjúhneturnar í matvinnsluvél og vinnið þar til þær eru mjög fínar.

b) Bætið restinni af hráefnunum saman við og vinnið þar til það hefur blandast vel saman.

c) Hellið blöndunni í stóra skál.

d) Taktu hnaus af deiginu og kreistu það í kúlu.

e) Haltu áfram að kreista og vinna það nokkrum sinnum þar til kúla hefur myndast og solid.

32. Hawaiian Walnut Pizza

HRÁEFNI:
- 1 tilbúin pizzaskorpa
- 1 matskeiðar ólífuolía
- 13,5 aura ílát af rjómaosti með ávaxtabragði
- 26 aura krukku af mangósneiðum, tæmd og saxað
- ½ C. saxaðar valhnetur

LEIÐBEININGAR:
a) Eldið pizzuskorpuna í ofni samkvæmt leiðbeiningum á pakka.
b) Hjúpið skorpuna með olíunni jafnt.
c) Dreifið rjómaostinum yfir skorpuna og toppið með söxuðu mangóinu og hnetunum.
d) Skerið í æskilegar sneiðar og berið fram.

33.Ananas kókos orkuboltar

HRÁEFNI:
- 1 bolli döðlur, holhreinsaðar
- 1 bolli þurrkaður ananas
- ½ bolli rifin kókos
- ¼ bolli möndlumjöl eða malaðar möndlur
- ¼ bolli chiafræ
- 1 msk kókosolía, brætt
- 1 tsk vanilluþykkni

LEIÐBEININGAR:
a) Blandið döðlunum og þurrkuðum ananas saman í matvinnsluvél þar til þær mynda klístrað deig.
b) Bætið rifnum kókos, möndlumjöli, chia fræjum, bræddri kókosolíu og vanilluþykkni í matvinnsluvélina.
c) Púlsaðu þar til allt hráefnið hefur blandast vel saman og myndað deiglíkt þykkt.
d) Rúllið blöndunni í litlar kúlur.
e) Valfrjálst: Rúllaðu kúlunum upp úr rifnum kókoshnetu til viðbótar fyrir húðun.
f) Setjið orkukúlurnar í loftþétt ílát og kælið í að minnsta kosti 30 mínútur áður en þær eru bornar fram.
g) Njóttu þessara bragðgóðu og orkugefandi ananas kókos orkubolta!

34. Hawaiian Ávöxtum Kabobs

HRÁEFNI:
- Margs konar Hawaii-ávextir (ananas, mangó, kiwi, banani, papaya o.s.frv.), skornir í hæfilega stóra bita
- Tréspjót

LEIÐBEININGAR:

a) Þræðið margs konar Hawaiian ávexti á tréspjótina í hvaða mynstri sem þú vilt.

b) Endurtaktu með afganginum af ávöxtunum og teini.

c) Berið fram Hawaiian ávaxtakabobs eins og þeir eru eða með hlið af jógúrt eða hunangi til að dýfa í.

d) Njóttu þessara litríku og næringarríku ávaxtaspjóta!

35.Kókos Lime popp

HRÁEFNI:
- ½ bolli poppkornskjarna
- 2 matskeiðar kókosolía
- Börkur og safi úr 1 lime
- 2 matskeiðar rifinn kókos
- Salt eftir smekk

LEIÐBEININGAR:
a) Hitið kókosolíuna í stórum potti yfir meðalhita.
b) Bætið poppkornskjörnum út í og setjið lok yfir pottinn.
c) Hristið pottinn af og til til að koma í veg fyrir að hann brenni.
d) Þegar það hægir á poppinu skaltu taka pottinn af hellunni og láta hann standa í eina mínútu til að tryggja að allir kjarnarnir hafi sprungið.
e) Blandið saman limebörk, limesafa, rifnum kókoshnetu og salti í lítilli skál.
f) Dreypið lime-kókosblöndunni yfir nýpoppað poppið og blandið til að það hjúpist jafnt.
g) Njóttu kryddlegs og hawaiísks kókoslime poppkorns sem létts og bragðmikils snarl!

36.Kókos Lime Guacamole

HRÁEFNI:

- 2 þroskuð avókadó
- Safi úr 1 lime
- Börkur af 1 lime
- 2 matskeiðar saxaður ferskur kóríander
- 2 matskeiðar niðurskorinn rauðlaukur
- 2 matskeiðar rifinn kókos
- Salt og pipar eftir smekk

LEIÐBEININGAR:

a) Maukið þroskuð avókadó í skál með gaffli þar til þau verða kremkennd.
b) Bætið límónusafanum, limebörknum, söxuðum kóríander, hægelduðum rauðlauk, rifnum kókos, salti og pipar út í.
c) Blandið vel saman til að sameina öll hráefnin.
d) Smakkið til og stillið kryddið að vild.
e) Berið kókos lime guacamole fram með tortilla flögum eða notaðu það sem dýrindis álegg fyrir taco, samlokur eða salöt.
f) Njóttu rjómalaga og bragðmikils bragðsins af þessu hawaiíska ívafi á guacamole!

37.Kókosrækjur

HRÁEFNI:
- 1 pund rækja, afhýdd og afveguð
- ½ bolli alhliða hveiti
- ½ bolli rifin kókos
- 2 egg, þeytt
- Salt og pipar eftir smekk
- Matarolía til steikingar

LEIÐBEININGAR:
a) Í grunnri skál, blandið saman alhliða hveiti, rifnum kókos, salti og pipar.
b) Dýfðu hverri rækju í þeyttu eggin, leyfðu umframmagninu að leka af og húðaðu hana síðan með kókosblöndunni.
c) Hitið matarolíu í djúpri pönnu eða potti við meðalháan hita.
d) Steikið kókoshúðuðu rækjurnar í skömmtum þar til þær eru gullinbrúnar og stökkar, um 2-3 mínútur á hlið.
e) Fjarlægðu rækjurnar úr olíunni og tæmdu þær á pappírshandklæði.
f) Berið kókosrækjuna fram sem dýrindis Hawaiian forrétt eða snarl með ídýfingarsósu að eigin vali, eins og sætri chilisósu eða mangósalsa.
g) Njóttu stökku og bragðmiklu kókosrækjunnar!

38. Hawaiian Mangó Sósa Rúlla-Ups

HRÁEFNI:
- 4 stórar hveiti tortillur
- 1 bolli rjómaostur
- 1 bolli mangó salsa
- ½ bolli rifið salat eða spínatlauf

LEIÐBEININGAR:
a) Leggið hveititortillurnar flatar á hreint yfirborð.
b) Dreifið lagi af rjómaosti jafnt yfir hverja tortillu.
c) Setjið mangósalsasann á rjómaostalagið og dreifið því yfir tortilluna.
d) Stráið rifnu salati eða spínatlaufum ofan á salsasið.
e) Rúllaðu hverri tortillu þétt upp, byrjaðu frá öðrum endanum.
f) Skerið hverja rúllaða tortillu í hæfilega stórar hjól.
g) Berið fram Hawaiian mangó salsa rúlla sem bragðmikið og frískandi snarl eða forrétt.
h) Njóttu blöndu af rjómalöguðu, kraftmiklu og Hawaiian bragði!

39.Kókos Bananabitar

HRÁEFNI:
- 2 bananar, skrældir og skornir í hæfilega stóra bita
- ¼ bolli brætt dökkt súkkulaði
- ¼ bolli rifinn kókos

LEIÐBEININGAR:
a) Klæðið bökunarplötu með bökunarpappír.

b) Dýfðu hverjum bananabita ofan í brædda dökka súkkulaðið, hjúpið um það bil hálfa leið.

c) Veltið súkkulaðihúðaða banananum upp úr rifnum kókos þar til hann er jafnhúðaður.

d) Settu húðuðu bananabitana á tilbúna bökunarplötuna.

e) Endurtaktu með bananabitunum sem eftir eru.

f) Geymið í kæli í að minnsta kosti 30 mínútur eða þar til súkkulaðið harðnar.

g) Berið fram kókosbananabitana sem yndislegt Hawaiian snarl eða eftirrétt.

h) Njóttu blöndu af rjómalöguðum banana, ríkulegu súkkulaði og kókos!

40.Hawaiian jógúrtdýfa

HRÁEFNI:
- 1 bolli grísk jógúrt
- ½ bolli hægeldaður ananas
- ½ bolli skorið mangó
- ¼ bolli saxuð rauð paprika
- ¼ bolli saxaður rauðlaukur
- ¼ bolli hakkað ferskt kóríander
- 1 matskeið lime safi
- ½ tsk hvítlauksduft
- Salt og pipar eftir smekk

LEIÐBEININGAR:
a) Blandaðu saman grískri jógúrt, hægelduðum ananas, hægelduðum mangó, söxuðum rauðum papriku, saxuðum rauðlauk, saxuðum kóríander, limesafa, hvítlauksdufti, salti og pipar í skál.
b) Hrærið vel saman þar til allt hráefnið hefur blandast vel saman.
c) Smakkið til og stillið kryddið ef þarf.
d) Berið Hawaiian ídýfuna fram með tortilluflögum, pítubrauði eða grænmetisstöngum.
e) Njóttu þessarar rjómalöguðu og bragðmiklu ídýfu með Hawaii-ívafi!

41.Hawaiian ávaxtasalat

HRÁEFNI:
- 2 bollar sneiddur ananas
- 1 bolli skorið mangó
- 1 bolli niðurskorinn papaya
- 1 bolli sneið kiwi
- 1 bolli sneið jarðarber
- 1 matskeið ferskur lime safi
- 1 matskeið hunang eða hlynsíróp
- Valfrjálst álegg: rifin kókos eða söxuð fersk mynta

LEIÐBEININGAR:

a) Blandið saman hægelduðum ananas, hægelduðum mangó, hægelduðum papaya, sneiðum kiwi og sneiðum jarðarberum í stóra skál.

b) Þeytið saman limesafa og hunangi eða hlynsírópi í lítilli skál.

c) Dreypið limedressingunni yfir ávaxtasalatið og blandið varlega til að hjúpa.

d) Valfrjálst: Stráið rifnum kókos eða saxaðri ferskri myntu ofan á til að auka bragðið og skreytið.

e) Berið fram Hawaiian ávaxtasalatið kælt sem hressandi og hollt snarl.

f) Njóttu líflegs og safaríks bragðs af þessu hawaiíska bland!

g) Þessar 20 Hawaiian snakkuppskriftir ættu að veita þér margs konar ljúffenga og bragðmikla valkosti til að njóta. Hvort sem þú ert að leita að einhverju sætu, bragðmiklu, rjómalöguðu eða stökku, munu þessar uppskriftir örugglega fullnægja Hawaii-löngun þinni. Njóttu!

AÐALRÉTTUR

42. Hawaiian Grillaður túnfiskur með þangi

HRÁEFNI:
- ½ bolli sojasósa
- 3 matskeiðar hunang
- 1 matskeið hakkað ferskt engifer
- 2 tsk Hakkaður hvítlaukur
- Nýmalaður svartur pipar eftir smekk.
- 2 túnfisksteikur
- 2 matskeiðar hrísgrjónavínsedik
- 2 matskeiðar sojasósa
- 2 matskeiðar sítrónusafi
- ½ tsk Rifinn sítrónubörkur
- 1 matskeið hakkað ferskt engifer
- 1 tsk Hakkaður hvítlaukur
- 2 matskeiðar Hakkaður rauðlaukur
- ¼ tsk Rauð piparflögur
- ¼ bolli Ólífuolía
- ½ pakki Wonton umbúðir
- Jurtaolía til djúpsteikingar
- ¼ bolli þang
- ½ bolli Bitesize radicchio lauf
- ½ bolli niðurskorinn andívía
- ½ bolli Baby spínat lauf
- 2 msk Julienned gulur pipar
- 2 msk Julienned rauð paprika
- Radish spíra
- Súrsett engifer
- Gullna kavíar
- Létt sesamfræ
- Dökk sesamfræ

LEIÐBEININGAR:
a) Blandið saman fyrstu 5 hráefnunum í skál.
b) Setjið túnfisksteikurnar á pönnu og hellið blöndunni yfir, hjúpið túnfiskinn á allar hliðar. Marinerið fiskinn í 15 mínútur.
c) Færið svo marineraða túnfiskinn yfir á heitt grill og grillið í 1-2 mínútur á hvorri hlið. Þeytið saman í skál allt hráefnið í sósuna.
d) Hitið steikingarolíuna í 350 gráður. Skerið wonton umbúðirnar í julienne strimla og djúpsteikið þar til þær eru gullnar.
e) Tæmið þær á pappírsþurrku. Í skál blandið saman þangi, radicchio laufum, sneiðum endíví, barnaspínatilaufum, gulum pipar og rauðri pipar.
f) Raðið þangi og grænmeti í miðjuna á 2 borðplötum og toppið þá með steiktu wonton ræmunum. Dreypið smá af sósunni yfir, toppið með túnfisknum og dreypið meiri sósu yfir.
g) Skreytið með litlum hópi af radish-spírum, súrsuðum engifer, tobiko, ljósum sesamfræjum, dökkum sesamfræjum og gylltum kavíar.

43.Hollenskur ofn Hawaiian kjúklingur

HRÁEFNI:
- Fjölskyldustærðarpakki af roðlausum kjúklingabringum
- 1 dós sneiddur ananas
- 12 aura krukku af uppáhalds BBQ sósunni þinni
- Marichino kirsuber

LEIÐBEININGAR:
a) Settu fjórar kjúklingabringur á botninn á 12" hollenska ofninum.
b) Notaðu helminginn af sneiðum ananas til að setja ofan á bringurnar, helltu öllum safanum yfir kjúklinginn.
c) Hellið svo helmingnum af BBQ sósunni ofan á þetta.
d) Settu annað lag (hinar fjórar bringurnar sem eftir eru) ofan á fyrra kjúklinga/ananaslagið.
e) Setjið aftur lag af ananassneiðunum sem eftir eru og setjið kirsuber í miðju hverrar ananassneiðar.
f) Hellið afganginum af BBQ sósunni ofan á.
g) Setjið lokið á ofninn. Setjið ofninn á kolin og hyljið toppinn á ofninum með kolum.
h) Eldunartími er 30 til 45 mínútur, fjarlægðu og athugaðu við um tuttugu mínútur.
i) Þegar því er lokið skaltu ganga úr skugga um að kjúklingurinn sé vel soðinn áður en hann er borinn fram.

44.Hawaii hrísgrjónapotta

HRÁEFNI:
- 1 pakki af pottrétti, ósoðið
- 1 dós (13,5 oz.) kókosmjólk
- 1 dós (20 oz) dós ananasbitar, tæmd
- 1 dós (10,75 oz.) rjóma af kjúklingasúpu
- 3 bollar soðinn kjúklingur eða skinka, skorinn í teninga eða rifinn
- 1 stór laukur, skorinn í bita og steiktur
- 2 paprikur, skornar í teninga

LEIÐBEININGAR:
a) Látið 6 bolla af vatni sjóða í stórum potti.
b) Bætið restinni af hráefnunum út í og látið malla í 20 mínútur.

45. Hörpuskel í Hawaiian stíl

HRÁEFNI:
- 1 pund hörpuskel, fersk eða frosin
- 6 niðursoðnar ananas sneiðar
- 1 tsk salt
- Skjóta hvítan pipar
- 1/4 bolli púðursykur
- 1/4 bolli smjör eða smjörlíki

LEIÐBEININGAR:

a) Þíða frosinn hörpuskel. Fjarlægðu allar skeljaragnir og þvoðu.

b) Skerið stóra hörpuskel í tvennt. Settu ananas sneiðar í ofnform, 10 x 6 x 1 tommu.

c) Setjið hörpuskel í miðju hvers ananas.

d) Stráið salti, pipar og púðursykri yfir. Toppið með smjöri.

e) Steikið um 3 tommur frá hitagjafa í 8 til 10 mínútur eða þar til brúnt.

46.Hawaiian kjötbollur

HRÁEFNI:
- 2 pund nautahakk
- ⅔ bolli Graham cracker mola
- ⅓ bolli Hakkaður laukur
- ¼ tsk engifer
- 1 tsk Salt
- 1 egg
- ¼ bolli Mjólk
- 2 matskeiðar maíssterkju
- ½ bolli Púðursykur
- ⅓ bolli edik
- 1 matskeið sojasósa
- ⅓ bolli Hakkað græn paprika
- 13½ aura dós af muldum ananas

LEIÐBEININGAR:
a) Blandið nautahakk, kexmola, lauk, engifer, salti, eggi og mjólk saman og gerðu 1 tommu kúlur. Brúnið og setjið í eldfast mót.

b) Blandið saman maíssterkju, púðursykri, ediki, sojasósu og grænum pipar. Eldið við meðalhita þar til það þykknar. Bætið muldum ananas út í ásamt safa.

c) Hitið og hellið yfir kjötbollur. Hitið vel og berið fram.

47.Hawaiian ramen pönnu

HRÁEFNI:
- 6 únsur. Ruslpóstur
- 1 græn paprika, hrærð steikt, saxað
- 1/2 C. laukur, skorinn í teninga
- 1 (3 oz.) pakkar ramennúðlur
- 1 hvítlauksgeiri, afhýddur og skorinn í teninga
- 1/4 tsk salt
- 1/4 tsk malaður svartur pipar
- 1 matskeið ólífuolía
- 1/2 tsk smjör

LEIÐBEININGAR:
a) Settu stóran pott yfir meðalhita. Eldið í því 2 C. af vatni þar til þær byrja að sjóða.
b) Setjið í það núðlurnar án kryddpakkans. Tæmdu það og settu það til hliðar.
c) Setjið stóra pönnu yfir meðalhita. Hitið smjörið þar til það bráðnar með ólífuolíu. Eldið laukinn í þeim í 3 mínútur.
d) Hrærið ruslpóstinum, paprikunni og hvítlauknum saman við. Eldið þær í 4 mínútur.
e) Hrærið 1/2 C af núðluvökvanum út í með tæmdu núðlunum.
f) Látið standa í 1 mínútu og berið svo fram heitt.
g) Njóttu.

48. Hawaiian pizza

HRÁEFNI:
SKORPU
- 1 uppskrift Bókhveiti pizzuskorpa, tómatpizzuskorpa, oregano pizzuskorpa eða instant pizzuskorpa

ÁFLYTTIR
- 1 uppskrift KirsuberjatómatarMarinara
- 1 uppskrift Basic ostur
- 1 bolli ferskur ananas í teningum
- 1 uppskrift Coconut Baconor Eggaldin Beikon
- Ólífuolía eða ólífuolía með jurtum

LEIÐBEININGAR:
a) Gerðu marinara þína. Fyrir þykkari marinara skaltu bæta við 1 matskeið af söxuðum sólþurrkuðum tómötum þegar þú blandar sósunni þinni. Þurrkuðu tómatarnir munu drekka upp umfram tómatsafa.

b) Settu pizzuna saman með því að dreifa marinara á skorpuna. Slepptu osti úr skeið á pizzuna. Bætið við ananas og beikoni. Dreypið nokkrum matskeiðum af ólífuolíu yfir áður en borið er fram.

c) Geymist í 1 dag í ísskáp.

49. Hawaiian BBQ svínarifin

HRÁEFNI:

- 2 grindar af svínarifum
- 1 bolli ananassafi
- ½ bolli tómatsósa
- ¼ bolli sojasósa
- ¼ bolli púðursykur
- 2 matskeiðar hrísgrjónaedik
- 2 hvítlauksgeirar, saxaðir
- 1 tsk rifinn engifer
- Salt og pipar eftir smekk

LEIÐBEININGAR:

a) Forhitið ofninn í 325°F (163°C).
b) Þeytið saman ananassafa, tómatsósu, sojasósu, púðursykri, hrísgrjónaediki, söxuðum hvítlauk, rifnum engifer, salti og pipar í skál.
c) Settu grindirnar af svínarifum í stórt eldfast mót eða steikarpönnu.
d) Hellið marineringunni yfir rifin og passið að þau séu húðuð á öllum hliðum. Geymið smá marinade til að basta.
e) Hyljið fatið með álpappír og setjið í forhitaðan ofninn.
f) Bakið rifin í um það bil 2 klukkustundir, eða þar til þau eru meyr og kjötið farið að dragast frá beinum.
g) Fjarlægðu álpappírinn og stráðu rifin með frátekinni marineringunni.
h) Hækkið ofnhitann í 400°F (200°C) og setjið rifin aftur í ofninn án loks.
i) Bakið í 15-20 mínútur í viðbót, eða þar til rifin eru fallega karamelluð og sósan hefur þykknað.
j) Takið úr ofninum og látið rifin hvíla í nokkrar mínútur áður en þær eru bornar fram.
k) Berið fram Hawaiian BBQ svínaríben sem suðrænan og safaríkan aðalrétt.
l) Njóttu mjúkra og bragðmikilla rifbeinanna með sætum og bragðmiklum BBQ-gljánum!

50. Karabísk grilluð steik með ananas salsa

HRÁEFNI:
- 2 punda flanksteik
- 2 matskeiðar karabískt kryddkrydd
- 2 matskeiðar jurtaolía
- Salt og pipar eftir smekk

ANANASSALSA:
- 1 bolli hægeldaður ananas
- ½ rauðlaukur, smátt saxaður
- ½ rauð paprika, smátt skorin
- ½ jalapenó pipar, fræ og rif fjarlægð, smátt skorin
- Safi úr 1 lime
- 2 matskeiðar saxaður ferskur kóríander
- Salt eftir smekk

LEIÐBEININGAR:

a) Forhitið grillið eða grillpönnuna á meðalháan hita.

b) Nuddaðu hliðarsteikina með karabísku kryddi, jurtaolíu, salti og pipar.

c) Grillið steikina í um það bil 4-6 mínútur á hvorri hlið, eða þar til hún nær tilætluðum tilgerðarleika. Látið það hvíla í nokkrar mínútur áður en það er skorið í sneiðar.

d) Á meðan, undirbúið ananas salsa með því að blanda saman hægelduðum ananas, smátt saxaður rauðlaukur, fínt saxaður rauður papriku, fínt saxaður jalapeno pipar, lime safa, hakkað ferskt kóríander og salti í skál. Blandið vel saman til að blanda saman.

e) Skerið grilluðu steikina í sneiðar á móti korninu og berið fram með rausnarlegri skeið af ananas salsa ofan á.

f) Berið fram karabíska grilluðu steikina með ananas salsa sem suðrænum og bragðmiklum aðalrétt.

51. Rjómakennt Hawaiian ávaxtasalat

HRÁEFNI:
- 15,25 aura dós af Hawaiian ávaxtasalati, tæmd
- 1 banani, skorinn í sneiðar
- 1 bolli Frosið þeytt álegg, þiðnað

LEIÐBEININGAR:
a) Í meðalstórri skál, blandaðu öllu hráefninu saman.
b) Hrærið varlega til að húða.

52.Hawaiian ananaskjúklingur

HRÁEFNI:

- 1 paprika
- 1 lítill rauðlaukur
- 1 pund (450 g) beinlaus, roðlaus kjúklingabringur
- 2 bollar sykurbaunir
- 1 dós (14 oz/398 ml) ananasbitar í safa
- 2 matskeiðar brædd kókosolía
- 1 pkg Hawaiiananas kjúklingakrydd
- ferskur lime safi

LEIÐBEININGAR:

a) Forhitið ofninn í 425°F. Settu plötupönnu með plötupönnu.

b) Skerið pipar og lauk í sneiðar. Blandaðu saman pipar, lauk, kjúklingi, bautum, ananasbitum (þar á meðal safa), kókosolíu og kryddi í stóra skál. Hrærið þar til það er vel húðað.

c) Raðið í einu lagi á pönnuna eins og þú getur. Steikið, í 16 mín, eða þar til kjúklingurinn er eldaður í gegn.

d) Endið með kreistu af fersku lime, ef vill.

53.Smakkaðu Hitabeltið rækju

HRÁEFNI:
- 1 lime, skorið í tvennt
- 1 pkg Hawaiiananas kjúklingakrydd
- 1 msk brædd kókosolía
- 1 matskeið hunang
- 2 paprikur, skornar í bita
- 1 lítill kúrbít, skorinn í ½ tommu hringi
- 2 bollar frosnir mangóbitar
- 1 pund frystar hráar, afhýddar rækjur, afþíðaðar

LEIÐBEININGAR:

a) Forhitið ofninn í 425°F. Settu plötupönnu með plötupönnu.
b) Notaðu 2-í-1 sítruspressu, kreistu safa úr lime í stóra skál.
c) Bætið við kryddi, olíu og hunangi. Hrærið til að blanda saman.
d) Setjið papriku, kúrbít og mangó á pönnu.
e) Hellið helmingnum af sósunni ofan á.
f) Notaðu töng, kastaðu til að húða.
g) Sett í ofn og steikt í 10 mín.
h) Á meðan, bætið rækjum í skál með sósu sem eftir er; kasta til að klæðast.
i) Fjarlægðu pönnu úr ofninum; bæta við rækjum í einu lagi eins og þú getur.
j) Steikið í 3–4 mínútur, eða þar til rækjurnar eru soðnar.

54.Karabískt grillað svínakjöt með Hawaiian Salsa

HRÁEFNI:
SALSA:
- 1 lítill ananas, afhýddur, kjarnhreinsaður og skorinn í teninga
- 1 meðalstór appelsína, afhýdd og skorin í teninga
- 2 matskeiðar ferskt kóríander, hakkað
- Safa hálfan ferskan lime

SVÍNAKJÖT:
- ½ matskeiðar púðursykur
- 2 tsk hakkaður hvítlaukur
- 2 tsk hakkað engifer
- 2 tsk malað kúmen
- 2 tsk malað kóríander
- ½ tsk túrmerik
- 2 matskeiðar canola olía
- 6 kótilettur af svínahrygg

LEIÐBEININGAR:

a) Gerðu salsa með því að blanda saman ananas, appelsínu, kóríander og lime safa í skál. Setja til hliðar. Hægt að undirbúa allt að 2 daga fyrirvara og geyma í kæli.

b) Blandið saman púðursykriblöndu, hvítlauk, engifer, kúmeni, kóríander og túrmerik í lítilli skál.

c) Penslið báðar hliðar svínakótilettu með canolaolíu og berið nudd á báðar hliðar.

d) Forhitið grillið í miðlungs hátt. Settu svínakótilettur á grillið í um það bil 5 mínútur á hlið eða þar til þær eru soðnar að innra hitastigi 160 °F.

e) Berið fram hverja kótilettu ásamt ⅓ bolla salsa.

55.Humarhali með grilluðum Hawaiian ávöxtum

HRÁEFNI:
- 4 teini úr bambus eða málmi
- ¾gull ananas, afhýddur, kjarnhreinsaður og skorinn í 1 tommu báta
- 2 bananar, skrældir og skornir þversum í átta 1 tommu bita
- 1 mangó, afhýtt, grýtt og skorið í 1 tommu teninga
- 4 steinhumar eða stórir Maine humarhalar
- ¾ bolli Sætur soja gljáa
- 1 bolli smjör, brætt
- 4 limebátar

LEIÐBEININGAR:
a) Ef þú ert að grilla með bambusspjótum skaltu leggja þá í bleyti í vatni í að minnsta kosti 30 mínútur. Kveiktu á grilli fyrir beinan meðalhita, um 350¼F.
b) Skerið ananas-, banana- og mangóbitana til skiptis á teini með því að nota um það bil 2 stykki af hverjum ávöxtum á teini.
c) Fiðraðu humarhalana með því að kljúfa hvern hala eftir endilöngu í gegnum ávölu efstu skelina og kjötið, þannig að botnbotninn er ósnortinn. Ef skelin er mjög hörð, notaðu eldhúsklippur til að skera í gegnum ávölu skelina og hníf til að skera í gegnum kjötið.
d) Opnaðu skottið varlega til að afhjúpa kjötið.
e) Penslið sojagljáann létt yfir ávaxtaspjótið og humarkjötið. Penslið grillristina og klæðið það með olíu. Settu humarhalana, með kjöthliðinni niður, beint yfir hita og grillaðu þar til þau eru fallega grillmerkt, 3 til 4 mínútur. Þrýstu rófunum á grillristina með spaða eða töng til að hjálpa til við að steikja kjötið. Snúið við og grillið þar til kjötið er aðeins stíft og hvítt, stráið með sojagljánum, 5 til 7 mínútur í viðbót.
f) Grillið á meðan ávaxtaspjótunum við hlið humarsins þar til þær eru fallega grillaðar, um það bil 3 til 4 mínútur á hlið.
g) Berið fram með bræddu smjöri og limebátum til að kreista.

56.Hawaiian Svarta baun Salat með Mangó

HRÁEFNI:
- 3 bollar soðnar svartar baunir, tæmdar og skolaðar
- ½ bolli saxuð rauð paprika
- ¼ bolli saxaður rauðlaukur
- ¼ bolli hakkað ferskt kóríander
- 1 jalapeño, fræhreinsaður og saxaður (má sleppa)
- 3 matskeiðar vínberjaolía
- 2 matskeiðar ferskur lime safi
- 2 tsk agave nektar
- ¼ teskeið salt
- ⅛ teskeið malað cayenne

LEIÐBEININGAR:

a) Í stórri skál skaltu sameina baunirnar, mangó, papriku, lauk, kóríander og jalapeño ef þú notar það og setja til hliðar.

b) Þeytið saman olíu, limesafa, agave nektar, salt og cayenne í lítilli skál. Hellið dressingunni yfir salatið og blandið vel saman.

c) Kælið í 20 mínútur og berið fram.

57. Hawaii hrísgrjónaskál

HRÁEFNI:
SKÁL
- 1 sæt kartöflu, afhýdd og skorin í hæfilega bita
- 1 matskeið extra virgin ólífuolía
- 2 bollar jasmín hrísgrjón, soðin
- 1 ananas, afhýddur, kjarnhreinsaður og saxaður í hæfilega stóra bita
- ¼ bolli kasjúhnetur
- 4 matskeiðar hrátt hampsfræ

SÚR SÆT SÓSA
- 1 matskeið maíssterkju
- ½ bolli saxaður ananas
- ¼ bolli hrísgrjónaedik
- ⅓ bolli ljós púðursykur
- 3 matskeiðar tómatsósa
- 2 tsk sojasósa

LEIÐBEININGAR:
SÆT KARTAFLA
a) Forhitið ofninn í 425ºF.
b) Kasta sætu kartöflunni með olíunni. Setjið á bökunarplötu og steikið í 30 mínútur.
c) Takið úr ofninum og látið kólna.

SÚR SÆT SÓSA
d) Þeytið saman maíssterkju og 1 msk vatn í lítilli skál. Setja til hliðar.
e) Bætið anananum og ¼ bolli af vatni í blandara. Blandið þar til blandan er eins mjúk og hægt er.
f) Bætið ananasblöndunni, hrísgrjónaediki, púðursykri, tómatsósu og sojasósu í meðalstóran pott.
g) Látið suðu koma upp við meðalháan hita.
h) Hrærið maíssterkjublöndunni saman við og eldið þar til það þykknar, um það bil eina mínútu. Takið af hellunni og setjið til hliðar á meðan skálar eru settar saman.

SAMSETNING
i) Setjið hrísgrjón í botninn á hverri skál. Bætið við röðum af ananas, kasjúhnetum, hampi og sætum kartöflum.
j) Toppið með súrsætu sósunni.

58.Hawaiian svínakebab

HRÁEFNI:
- 8 tré- eða málmspjót
- 2 pund svínahryggur, skorinn í 1-tommu bita
- 2 stórar rauðar paprikur, kjarnhreinsaðar, hreinsaðar og skornar í 8 bita
- 1 græn paprika, kjarnhreinsuð, hreinsuð og skorin í 8 bita
- ½ ferskur ananas, skorinn í 4 hluta síðan í báta
- ½ bolli hunang
- ½ bolli lime safi
- 2 tsk rifinn limebörkur
- 3 hvítlauksrif, söxuð
- ¼ bolli gult sinnep
- 1 tsk salt
- ¼ tsk svartur pipar

LEIÐBEININGAR:
a) Ef þú notar tréspjót skaltu drekka þá í vatni í 15 til 20 mínútur.
b) Skerið hvern teini til skiptis með svínakjötsbitum, 2 rauðum paprikubitum, 1 grænum piparstykki og 2 ananasbátum.
c) Blandið hunangi, limesafa, rifnum limeberki, hvítlauk, gulu sinnepi, salti og svörtum pipar í 9" x 13" bökunarform; blandið vel saman. Setjið kebab í eldfast mót og snúið til að hjúpa með marineringunni. Lokið og kælið í að minnsta kosti 4 klukkustundir eða yfir nótt, snúið öðru hverju.
d) Hitið grillið í meðalháan hita. Baste kebab með marinade; fargaðu umfram marineringunni.
e) Grillið kebab í 7 til 9 mínútur, eða þar til svínakjöt er ekki lengur bleikt, snúið oft til að elda á öllum hliðum.

59. Jamaíkóskt svínakjöt

HRÁEFNI:

- 2 pund af svínalund, skorin í teninga eða strimla
- 3 matskeiðar Jamaíkanskt kryddkrydd
- 2 matskeiðar jurtaolía
- 2 matskeiðar lime safi
- 2 matskeiðar sojasósa
- 2 matskeiðar púðursykur
- 2 hvítlauksgeirar, saxaðir
- 1 tsk rifinn engifer
- Salt og pipar eftir smekk

LEIÐBEININGAR:

a) Í skál, blandið saman jamaíkanskt kryddkrydd, jurtaolíu, lime safa, sojasósu, púðursykri, hakkað hvítlauk, rifið engifer, salt og pipar.

b) Bætið svínalundarteningunum eða -strimlunum í skálina og blandið til að húðin verði jafnt í marineringunni.

c) Lokið skálinni og setjið í kæli í að minnsta kosti 1 klukkustund, eða yfir nótt til að fá sterkara bragð.

d) Forhitið grill eða grillpönnu við meðalháan hita.

e) Takið svínakjötið úr marineringunni, hristið allt umfram allt af.

f) Grillið svínakjötið í um 4-6 mínútur á hlið, eða þar til það er eldað í gegn og fallega kulnað.

g) Stráið svínakjötið með afganginum af marineringunni á meðan það er grillað.

h) Þegar svínakjötið er eldað, flytjið það yfir á disk og látið það hvíla í nokkrar mínútur.

i) Berið fram Jamaíka-svínakjötið sem kryddaðan og bragðmikinn Hawaiian aðalrétt.

j) Njóttu reyks og arómatísks bragðs af rykkryddinu!

60.Mangó Karrí Tófú

HRÁEFNI:
- 1 blokk (14 oz) þétt tófú, tæmd og skorin í teninga
- 1 matskeið jurtaolía
- 1 laukur, sneiddur
- 2 hvítlauksgeirar, saxaðir
- 1 matskeið karrýduft
- 1 tsk malað kúmen
- ½ tsk malað túrmerik
- ½ tsk malað kóríander
- ¼ tsk cayenne pipar (stilla eftir smekk)
- 1 dós (14 oz) kókosmjólk
- 1 þroskað mangó, afhýtt, skorið og skorið í teninga
- 1 matskeið lime safi
- Salt eftir smekk
- Saxað ferskt kóríander til skrauts
- Soðin hrísgrjón eða naan brauð til framreiðslu

LEIÐBEININGAR:
a) Hitið jurtaolíu í stórri pönnu eða wok yfir meðalhita.
b) Bætið niðursneiddum lauk og söxuðum hvítlauk út í og steikið í 2-3 mínútur þar til hann er mjúkur og ilmandi.
c) Bætið við karrýdufti, möluðu kúmeni, möluðu túrmerik, möluðu kóríander og cayenne pipar. Hrærið vel til að hjúpa laukinn og hvítlaukinn í kryddinu.
d) Bætið tófúinu í teninga á pönnuna og eldið í 3-4 mínútur þar til það er aðeins brúnt.
e) Hellið kókosmjólkinni út í og látið suðuna koma upp.
f) Bætið skornum mangó og limesafa í pönnuna og kryddið með salti eftir smekk.
g) Látið malla í 5-6 mínútur þar til tófúið er hitað í gegn og bragðið hefur blandað saman.
h) Skreytið með söxuðum fersku kóríander.
i) Berið fram mangó karrý tofu yfir soðnum hrísgrjónum eða með naan brauði fyrir fullnægjandi Hawaiian aðalrétt.

j) Njóttu rjómalögunar og arómatísks mangókarrýs með mjúku tofu og ilmandi kryddi!

61.Caribbean Svarta baun og Mangó Quinoa salat

HRÁEFNI:
- 1 bolli soðið kínóa, kælt
- 1 dós (15 oz) svartar baunir, skolaðar og tæmdar
- 1 þroskað mangó, afhýtt, skorið og skorið í teninga
- 1 rauð paprika, skorin í teninga
- ¼ bolli saxaður rauðlaukur
- ¼ bolli hakkað ferskt kóríander
- Safi úr 1 lime
- 2 matskeiðar ólífuolía
- 1 tsk malað kúmen
- Salt og pipar eftir smekk

LEIÐBEININGAR:
a) Í stórri skál skaltu sameina soðna kínóa, svartar baunir, hægeldað mangó, hægeldaða rauða papriku, saxaðan rauðlauk og hakkað ferskt kóríander.
b) Í lítilli skál, þeytið saman limesafa, ólífuolíu, malað kúmen, salt og pipar.
c) Hellið dressingunni yfir kínóablönduna og blandið vel saman.
d) Stillið kryddið ef þarf.
e) Lokið skálinni og kælið í að minnsta kosti 30 mínútur til að leyfa bragðinu að blandast saman.
f) Áður en salatið er borið fram skaltu kasta varlega til að tryggja að allt hráefnið sé vel blandað saman.
g) Berið fram karabíska svarta bauna- og mangó-kínóasalatið sem hressandi og næringarríkan Hawaiian aðalrétt.
h) Njóttu blöndu af próteinríkum svörtum baunum, safaríku mangói og ilmandi kóríander í hverjum bita!

62.Hawaiian Teriyaki kjúklingur

HRÁEFNI:
- 4 beinlaus, roðlaus kjúklingalæri
- ¼ bolli sojasósa
- ¼ bolli ananassafi
- 2 matskeiðar hunang
- 2 matskeiðar hrísgrjónaedik
- 1 matskeið sesamolía
- 2 hvítlauksgeirar, saxaðir
- 1 tsk rifinn engifer
- Ananas sneiðar til skrauts
- Saxaður grænn laukur til skrauts

LEIÐBEININGAR:
a) Í skál, þeytið saman sojasósu, ananassafa, hunangi, hrísgrjónaediki, sesamolíu, söxuðum hvítlauk og rifnum engifer.
b) Setjið kjúklingalærin í grunnt fat og hellið marineringunni yfir. Gakktu úr skugga um að kjúklingurinn sé húðaður jafnt.
c) Hyljið fatið og setjið í kæli í að minnsta kosti 1 klukkustund, eða yfir nótt til að fá sterkara bragð.
d) Forhitið grill eða grillpönnu við meðalháan hita.
e) Takið kjúklingalærin úr marineringunni, hristið umfram allt af.
f) Grillið kjúklinginn í um 5-6 mínútur á hvorri hlið, eða þar til hann er í gegn og fallega kulnaður.
g) Stráið kjúklinginn með afganginum af marineringunni á meðan hann er grillaður.
h) Þegar kjúklingurinn er eldaður, færðu hann yfir á disk og láttu hann hvíla í nokkrar mínútur.
i) Skreytið með ananas sneiðum og söxuðum grænum lauk.
j) Berið fram Hawaiian teriyaki kjúklinginn sem Hawaiian-innblásinn aðalrétt.
k) Njóttu mjúka og bragðmikla kjúklingsins með sætum og sterkum teriyaki gljáa!

63. Kókos Lime rækju karrý

HRÁEFNI:
- 1 pund rækja, afhýdd og afveguð
- 1 dós (13,5 oz) kókosmjólk
- Safi og börkur af 2 lime
- 2 matskeiðar Thai grænt karrýmauk
- 1 msk fiskisósa
- 1 matskeið púðursykur
- 1 rauð paprika, skorin í sneiðar
- 1 kúrbít, skorinn í sneiðar
- 1 bolli baunir
- 1 matskeið jurtaolía
- Ferskt kóríander til skrauts
- Soðin hrísgrjón til framreiðslu

LEIÐBEININGAR:
a) Hitið jurtaolíu í stórri pönnu eða wok yfir meðalhita.
b) Bætið tælensku grænu karrýmaukinu á pönnuna og eldið í 1 mínútu þar til það er ilmandi.
c) Hellið kókosmjólkinni út í og hrærið vel saman við karrýmaukið.
d) Bætið við fiskisósu, púðursykri, limesafa og lime-safa. Hrærið þar til það er uppleyst.
e) Bætið niðursneiddri rauðri papriku, kúrbít og smábaunum á pönnuna. Hrærið til að hjúpa grænmetið í karrýsósunni.
f) Látið malla í 5-6 mínútur þar til grænmetið er meyrt.
g) Bætið rækjunni á pönnuna og eldið í 3-4 mínútur í viðbót þar til rækjurnar eru bleikar og eldaðar í gegn.
h) Takið af hitanum og skreytið með fersku kóríander.
i) Berið fram kókos lime rækju karrý yfir soðnum hrísgrjónum fyrir bragðmikla og arómatíska Hawaiian máltíð.
j) Njóttu rjómalöguðu kókos karrýsósunnar með safaríkum rækjum og stökku grænmeti!

64.Jamaísk karrýgeit

HRÁEFNI:

- 2 pund af geitakjöti, skorið í teninga
- 2 matskeiðar Jamaíkanskt karrýduft
- 1 laukur, saxaður
- 3 hvítlauksgeirar, saxaðir
- 1 skosk húddspipar, fræ fjarlægð og söxuð
- 1 matskeið jurtaolía
- 2 bollar kókosmjólk
- 2 bollar vatn
- 2 greinar af fersku timjan
- Salt og pipar eftir smekk
- Soðin hrísgrjón eða roti til framreiðslu

LEIÐBEININGAR:

a) Í skál, kryddið geitakjötið með jamaíska karrýdufti, salti og pipar. Hrærið til að húða kjötið jafnt.
b) Hitið jurtaolíu í stórum potti eða hollenskum ofni yfir miðlungshita.
c) Bætið krydduðu geitakjöti í pottinn og brúnið það á öllum hliðum. Takið kjötið úr pottinum og setjið það til hliðar.
d) Í sama pott, bætið söxuðum lauk, söxuðum hvítlauk og söxuðum pipar (ef hann er notaður). Steikið í 2-3 mínútur þar til laukurinn er hálfgagnsær og ilmandi.
e) Setjið brúnaða geitakjötið aftur í pottinn og hrærið saman við laukinn og hvítlaukinn.
f) Hellið kókosmjólkinni og vatni út í. Hrærið vel til að blanda vökvanum saman við.
g) Bætið ferskum timjangreinum í pottinn og látið suðuna koma upp.
h) Lækkið hitann í lágan, setjið lok á pottinn og látið malla í um 2-3 klukkustundir, eða þar til geitakjötið er meyrt og bragðmikið. Hrærið af og til til að koma í veg fyrir að það festist.
i) Kryddið með salti og pipar eftir smekk.
j) Berið fram jamaíska karrýgeitina yfir soðnum hrísgrjónum eða með roti fyrir ekta og staðgóðan Hawaiian aðalrétt.
k) Njóttu ríkulegs og arómatísks bragðs af geitakjöti með karrý!

65. Fiskur Tacos í karabíska stíl

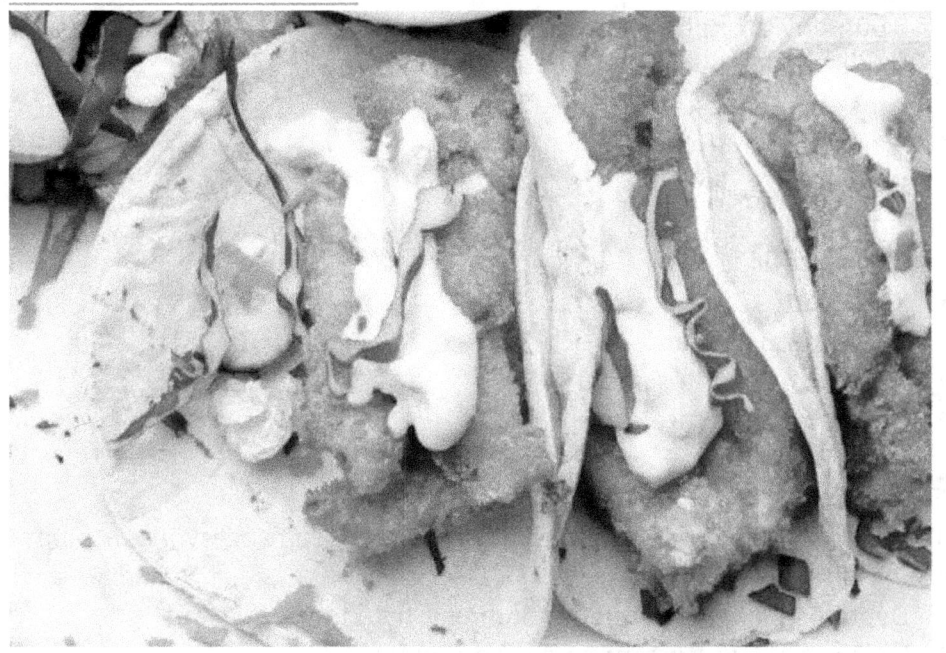

HRÁEFNI:
- 1 pund hvít fiskflök (eins og þorskur eða tilapia)
- ¼ bolli alhliða hveiti
- 1 msk karabískt kryddkrydd
- ½ tsk salt
- ¼ tsk svartur pipar
- 2 matskeiðar jurtaolía
- 8 litlar tortillur
- Rifið salat
- Niðurskorið avókadó
- Saxaður ferskur kóríander
- Limebátar til framreiðslu

LEIÐBEININGAR:
a) Þeytið saman hveiti, karabískt kryddkrydd, salti og svörtum pipar í grunnt fat.
b) Dýptu fiskflökin í hveitiblöndunni og hristu umfram allt af.
c) Hitið jurtaolíu í stórri pönnu yfir miðlungshita.
d) Bætið húðuðu fiskflökunum á pönnuna og eldið í um 3-4 mínútur á hvorri hlið, eða þar til fiskurinn er eldaður í gegn og gullinbrúnn.
e) Takið fiskinn af pönnunni og leyfið honum að hvíla í nokkrar mínútur.
f) Hitið tortillurnar í þurrri pönnu eða örbylgjuofni.
g) Flögðu eldaða fiskinn og skiptu honum á tortillurnar.
h) Toppið fiskinn með rifnu salati, sneiðum avókadó og hakkað ferskt kóríander.
i) Kreistið ferskan limesafa yfir áleggið.
j) Berið fram karabískan fisktaco sem Hawaiian og bragðmikinn aðalrétt.
k) Njóttu stökks og kryddaðs fisks með fersku og lifandi áleggi!

66.Mangó gljáður lax

HRÁEFNI:
- 4 laxaflök
- 1 þroskað mangó, afhýtt, grýtt og maukað
- 2 matskeiðar sojasósa
- 2 matskeiðar hunang
- 2 matskeiðar lime safi
- 2 hvítlauksgeirar, saxaðir
- 1 tsk rifinn engifer
- Salt og pipar eftir smekk
- Saxað ferskt kóríander til skrauts

LEIÐBEININGAR:
a) Forhitið ofninn í 375°F (190°C).

b) Þeytið saman mangómauki, sojasósu, hunangi, limesafa, söxuðum hvítlauk, rifnum engifer, salti og pipar í skál.

c) Leggið laxaflökin í eldfast mót og hellið mangógljáanum yfir. Gakktu úr skugga um að laxinn sé jafnhúðaður.

d) Bakið í forhituðum ofni í um 12-15 mínútur, eða þar til laxinn er eldaður í gegn og flagnar auðveldlega með gaffli.

e) Stráið laxinn með gljáanum einu sinni eða tvisvar á meðan hann er bakaður.

f) Þegar laxinn er eldaður, takið þá úr ofninum og látið hann hvíla í nokkrar mínútur.

g) Skreytið með söxuðum fersku kóríander.

h) Berið fram mangó gljáða laxinn sem Hawaiian og bragðmikinn aðalrétt.

i) Njóttu safaríka og sæta laxsins með snjöllum og ávaxtaríkum mangógljáa!

67. Karíbískt grænmetiskarrí

HRÁEFNI:
- 1 matskeið jurtaolía
- 1 laukur, saxaður
- 2 hvítlauksgeirar, saxaðir
- 1 rauð paprika, skorin í teninga
- 1 gul paprika, skorin í teninga
- 1 kúrbít, skorinn í teninga
- 1 sæt kartöflu, afhýdd og skorin í teninga
- 1 bolli blómkálsblóm
- 1 dós (14 oz) kókosmjólk
- 2 matskeiðar karíbískt karríduft
- 1 tsk malað kúmen
- 1 tsk malað kóríander
- ¼ tsk cayenne pipar (stilla eftir smekk)
- Salt og pipar eftir smekk
- Saxað ferskt kóríander til skrauts
- Soðin hrísgrjón eða roti til framreiðslu

LEIÐBEININGAR:
a) Hitið jurtaolíu í stórri pönnu eða potti yfir miðlungshita.
b) Bætið söxuðum lauk og söxuðum hvítlauk út í og steikið í 2-3 mínútur þar til hann er mjúkur og ilmandi.
c) Bætið rauðri og gulri papriku í teningum, kúrbít í teningum, sætri kartöflu í teningum og blómkálsflögum á pönnuna. Hrærið til að hjúpa grænmetið í olíunni.
d) Eldið í 5-6 mínútur þar til grænmetið fer að mýkjast.
e) Í lítilli skál, þeytið saman karabíska karríduft, malað kúmen, malað kóríander, cayenne pipar, salt og pipar.
f) Stráið kryddblöndunni yfir grænmetið á pönnunni og hrærið vel til að hjúpa.
g) Hellið kókosmjólkinni út í og hrærið saman við kryddið og grænmetið.
h) Látið suðuna koma upp og setjið lok á pönnu. Látið malla í um 15-20 mínútur, eða þar til grænmetið er meyrt og bragðið hefur blandað saman.
i) Stillið kryddið ef þarf.
j) Skreytið með söxuðum fersku kóríander.
k) Berið karíbaíska grænmetiskarríið fram yfir soðnum hrísgrjónum eða með roti fyrir staðgóðan og bragðmikinn Hawaiian aðalrétt.
l) Njóttu líflegs og arómatísks bragðs af karrýgrænmeti!

68.Jerk Kjúklingur með Mangó Salsa

HRÁEFNI:
- 4 beinlausar, roðlausar kjúklingabringur
- 2 matskeiðar Jamaíkanskt kryddkrydd
- 2 matskeiðar jurtaolía
- Salt og pipar eftir smekk

MANGÓ SALSA:
- 1 þroskað mangó, afhýtt, skorið og skorið í teninga
- ½ rauðlaukur, smátt saxaður
- ½ rauð paprika, smátt skorin
- ½ jalapenó pipar, fræ og rif fjarlægð, smátt skorin
- Safi úr 1 lime
- 2 matskeiðar saxaður ferskur kóríander
- Salt eftir smekk

LEIÐBEININGAR:
a) Forhitið grillið eða grillpönnuna á meðalháan hita.
b) Nuddaðu kjúklingabringurnar með jamaíkönsku kryddi, jurtaolíu, salti og pipar.
c) Grillið kjúklinginn í um 6-8 mínútur á hvorri hlið, eða þar til hann er í gegn og fallega kulnaður. Innra hitastig ætti að ná 165°F (74°C).
d) Takið kjúklinginn af grillinu og leyfið honum að hvíla í nokkrar mínútur.
e) Á meðan, undirbúið mangósalsa með því að blanda saman hægelduðum mangó, smátt skornum rauðlauk, smátt skornum rauðum papriku, fínt söxuðum jalapenó pipar, lime safa, hakkað ferskt kóríander og salti í skál. Blandið vel saman til að blanda saman.
f) Skerið grilluða kjúklinginn í sneiðar og berið fram með rausnarlegri skeið af mangósalsa ofan á.
g) Berið kjúklinginn fram með mangósalsa sem Hawaiian og sterkan aðalrétt.
h) Njóttu djörfs og bragðmikils rykkrydds ásamt frískandi og ávaxtaríku mangósalsa!

69.Kalua svínakjöt

Hráefni:
- 4-5 pund svínaöxl eða rass
- 1 matskeið sjávarsalt
- 1 matskeið fljótandi reykur
- Banani lauf (valfrjálst)

LEIÐBEININGAR:
a) Forhitaðu ofninn þinn í 325°F (163°C).
b) Skerið svínakjötið með hníf, skerið smátt niður um allt kjötið.
c) Nuddaðu sjávarsaltinu yfir allt svínakjötið og tryggðu að það komist inn í sneiðarnar.
d) Dreypið fljótandi reyknum yfir svínakjötið og nuddið því líka inn í.
e) Ef þú notar bananalauf skaltu vefja svínakjötinu inn í laufin og festa þau með matreiðslugarni.
f) Setjið svínakjötið í steikarpönnu og hyljið vel með filmu.
g) Eldið svínakjötið í forhituðum ofni í um 5-6 klukkustundir, eða þar til það er meyrt og dettur auðveldlega í sundur.
h) Þegar svínakjötið er soðið, rífið það í sundur með því að nota tvo gaffla.
i) Berið Kalua svínakjötið fram með gufusoðnum hrísgrjónum eða sem fyllingu fyrir renna. Njóttu!

EFTIRLITUR

70.Hawaiian ananas hnetukaka

HRÁEFNI:
- 8 aura dós af muldum ananas
- ½ bolli hnetur
- 2 egg
- ½ bolli smjör
- ¾ bolli hveiti

LEIÐBEININGAR:

a) Þeytið stöðugt, blandið saman smjöri og eggjum og blandið vel saman.
b) Bætið hveiti út í deigið, hrærið þar til það er blandað.
c) Bætið tæmdum ananassneiðum og hnetum út í og blandið vel saman.
d) Hellið í smurt ferhyrnt form og bakið við 355 gráður í 1 klst.
e) Toppið með þeyttum rjóma.

71. Hawaiian Pudding baka

HRÁEFNI:

- 1 stór (6 skammta) pakki vanilluinstant búðingur og bökufylling
- 2 bollar mjólk
- 2 matskeiðar bráðið smjör
- 1 bolli frosið þeytt álegg, þiðnað (eitt 8-eyri ílát jafngildir 3-1/2 bollum)
- 1 tilbúin (9 tommu) graham cracker bökuskorpa
- 1/2 bolli ristað flöguð kókoshneta (valfrjálst)

LEIÐBEININGAR:

a) Í stórri skál, undirbúið búðing samkvæmt leiðbeiningum á pakka, notið 2 bolla mjólk. Blandið smjöri og þeyttu áleggi saman við og hellið blöndunni í bökubotninn.

b) Kælið í 4 klukkustundir, eða þar til það er stíft.

c) Toppið með ristaðri kókos rétt fyrir framreiðslu, ef þess er óskað. Ef þú hefur aðeins 4 skammta pakka af vanillubúðingi við höndina skaltu opna 2 þeirra og mæla út og nota 2/3 bolla búðingsblöndu.

72.Hawaiian ávöxtur pavlova

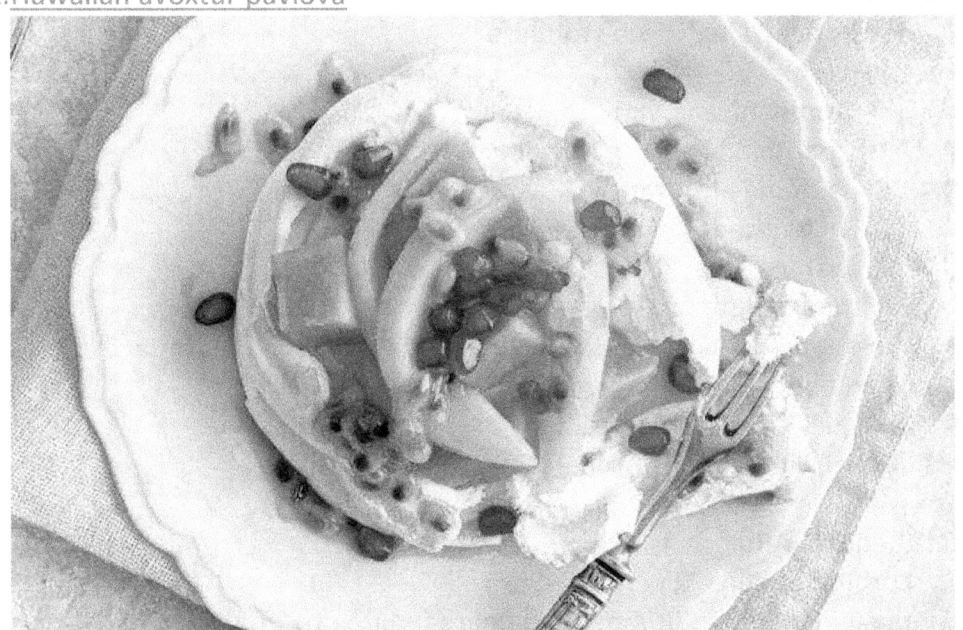

HRÁEFNI:
- 4 stórar eggjahvítur við stofuhita
- 1 Klípa salt
- 225 grömm af strásykri
- 2 tsk maísmjöl
- 1 Klípa rjóma af tartar
- 1 tsk hvítvínsedik
- 4 dropar vanilluþykkni
- 2 ástríðuávöxtur
- Þroskaður Hawaiian ávöxtur eins og mangó; kíví, stjörnuávöxtur og kápu garðaber
- 150 millilítrar Tvöfaldur rjómi
- 200 millilítra creme fraiche

LEIÐBEININGAR:
a) Forhitið ofninn í 150c/300f/Gas 2.
b) Klæðið bökunarplötu með bökunarpappír og teiknið á 22cm/9" hring. Fyrir marengsinn: Þeytið eggjahvítur og salt í stórri, hreinni skál þar til stífir toppar hafa myndast.
c) Þeytið sykurinn út í þriðjung í einu og þeytið vel á milli hverrar útsetningar þar til hann er stífur og mjög glansandi. Stráið maísmjölinu, vínsteinsrjómanum, ediki og vanilluþykkni yfir og blandið varlega saman við.
d) Settu marengsinn á pappírinn innan hringsins og vertu viss um að það sé veruleg dæld í miðjunni.
e) Setjið í ofninn og minnkið hitann strax í 120c/250f/Gas ¼ og eldið í 1½-2 klukkustundir þar til hann er ljósbrúnn en aðeins mjúkur í miðjunni. Slökktu á ofninum, láttu hurðina standa örlítið opna og láttu kólna alveg.
f) Fyrir fyllinguna: Haldið ástríðuávöxtunum í helminga og takið kvoðan út. Afhýðið og skerið úrvalið af ávöxtum í sneiðar eftir þörfum.
g) Setjið rjómann í skál og þeytið þar til það er þykkt og blandið svo creme fraiche út í. Fjarlægðu pappírinn af pavlóvunni og settu á disk.
h) Hrafið rjómablöndunni ofan á og raðið ávöxtunum ofan á og endið með ástríðuávöxtum. Berið fram í einu.

73.Hawaiian Margarita Sorbetó

HRÁEFNI:
- 1 bolli sykur
- 1 bolli ástríðumauki
- 1½ pund þroskuð mangó, afhýdd, skorin og skorin í teninga
- Rifinn börkur af 2 lime
- 2 matskeiðar Blanco (hvítt) tequila
- 1 matskeið appelsínulíkjör
- 1 msk létt maíssíróp
- ½ tsk kosher salt

LEIÐBEININGAR:
a) Blandið saman sykri og ástríðumauki í litlum potti.
b) Látið suðuna koma upp við meðalhita, hrærið til að leysa upp
c) sykur. Takið af hellunni og látið kólna.
d) Blandaðu saman ástríðuávaxtablöndunni, mangó í teningi, lime börk, tequila, appelsínulíkjör, maíssíróp og salt í blandara. Maukið þar til slétt.
e) Hellið blöndunni í skál, lokið og kælið þar til hún er köld, að minnsta kosti 4 klukkustundir eða allt að yfir nótt.
f) Frystið og hrærið í ísvél samkvæmt leiðbeiningum framleiðanda.
g) Fyrir mjúka samkvæmni (best, að mínu mati), berið sorbetóinn fram strax; fyrir stinnari samkvæmni skaltu flytja það í ílát, hylja það og leyfa því að harðna í frysti í 2 til 3 klukkustundir.

74.Kókos & Ananas Hawaiian Rjómaís

HRÁEFNI:
- 1 egg
- 50 grömm sykur
- 250 ml Kókosmjólk
- 200 ml Þungt krem
- ½ af heilum ananas Ferskur ananas
- 1 romm

LEIÐBEININGAR:
a) Notaðu stærstu skálina þína, þar sem þú munt blanda öllu hráefninu í sömu skálina og þú munt nota til að þeyta rjómann.
b) Aðskiljið eggjarauðuna og hvítuna. Búið til stífan marengs með því að nota eggjahvítuna og helminginn af sykrinum. Blandið hinum helmingnum af sykrinum saman við eggjarauðuna og blandið þar til hvítt.
c) Þeytið þungan rjómann þar til það myndast örlítið mjúkir toppar. Bætið kókosmjólkinni út í og blandið létt saman.
d) Annað hvort saxið ananasinn smátt eða stappið hann með blandara í örlítið gróft deig.
e) Undirbúningi er lokið á þessum tímapunkti. Það er óþarfi að vera of nákvæmur. Blandið öllu saman í skálina af þungum rjóma og kókosmjólk. Bætið líka marengsnum út í og blandið vel saman.
f) Hellið í Tupperware box og frystið til að klára. Þú þarft ekki að hræra það á miðri leið.
g) Ef þú hakkar ananasinn í slétt deig verður útkoman silkimjúkari og líkari ekta Rjómaís.
h) Þegar þú hefur hellt upp Rjómaís í framreiðslurétti, reyndu að hella á pínulítið skvettu af rommi. Það bragðast ótrúlega, alveg eins og piña colada kokteill.

75.Hawaiian smáatriði

HRÁEFNI:
- Þrjár 12 aura dósir af uppgufðri mjólk
- 4 bollar nýmjólk
- 1 bolli Auk 2 matskeiðar sykur
- 6 Léttþeyttar eggjarauður
- 2 matskeiðar sætt sherry eða eftirréttvín
- 1 tsk Vanilla
- 1 bolli sneidd jarðarber
- 12 sneiðar Daggömul punda kaka eða 24
- Ladyfinger eða 36 makrónur
- 3 mangó, afhýdd og skorin í sneiðar
- 5 Kiwi ávextir, skrældar og skornir í sneiðar
- 1 bolli helminguð frælaus rauð vínber

LEIÐBEININGAR:
a) Hitið mjólk í potti við lágan hita.
b) Bætið 1 bolli af sykri og eggjarauðu saman við, þeytið rólega svo eggin kekkjast ekki.
c) Haltu áfram að elda, hrærið stöðugt, þar til blandan er orðin mjög þykk.
d) Látið það ekki sjóða, því það mun mala. Bætið við sherry og vanillu.
e) Takið af hitanum og kælið. Blandið berjum saman við 2 msk sykur og setjið til hliðar.
f) Klæðið smárétti með kökusneiðum.
g) Hellið helmingnum af kældu vaniljunni yfir kökuna og bætið síðan helmingnum af ávöxtunum út í, þar á meðal berjum.
h) Bætið öðru lagi af köku og toppið með afganginum af vaniljunni, síðan ávexti.
i) Geymið í kæli þar til borið er fram. Ef þess er óskað, stráið meira sherry yfir triflið áður en það er borið fram.

76.Hawaiian rúllaður ís

HRÁEFNI:
- Vals vanilluís
- 1½ bollar þíða frosnir mangóbitar
- Gulur matarlitur

TOPPING
- Kókos þeyttur rjómi, þiðnaður
- Ferskt mangó, saxað
- Ristaðir kókosflögur

LEIÐBEININGAR:

a) Undirbúið vanillu ís samkvæmt leiðbeiningum, nema að sameina hráefni í blandara með 1-½ bolla þíða frosna mangó bita og lita með gulum matarlit.

b) Lokið og blandið þar til slétt.

c) Toppfrosnar rúllur með þíddum kókosþeyttum rjóma, söxuðu mangói og ristuðum kókosflögum.

77.Hawaiian ávaxtamús

HRÁEFNI:
- 1 bolli ósykraðan ananassafi
- 1 bolli ferskur lífrænn berjasafi
- 1 bolli ósykraður þeyttur rjómi

LEIÐBEININGAR:
a) Hitið yfir háum hita.
b) Lækkið hitann í miðlungs og látið malla, hrærið stöðugt í, í 5 mínútur þar til blandan þykknar.
c) Takið af hitanum og kælið alveg.
d) Blandið þeyttum rjómanum saman við kældu safablönduna.
e) Setjið með skeið í 6 einstaka rétti og geymið í kæli þar til það er kólnað.

78. Hawaiian ávaxtaserbet

HRÁEFNI:
- 2 bollar skrældir og saxaðir þroskaðir Hawaii-ávextir
- 1 bolli sykursíróp
- 2 lime
- 1 bolli nýmjólk eða súrmjólk

LEIÐBEININGAR:
a) Maukaðu eða blandaðu Hawaiian ávöxtunum og þrýstu síðan í gegnum fínmöskju sigti ef þú vilt mjúka áferð.
b) Þeytið sykursírópið út í, fínt rifinn börk af 1 lime og safa af báðum og mjólkinni.
c) Hellið í frystiílát og frystið með því að notahandblöndunaraðferð, sundrast tvisvar eða þrisvar sinnum við frystingu.
d) Frystið þar til það er stíft, ausið síðan í helminga, litlar ananasskeljar eða matardiskar og stráið nýrifum múskati yfir.
e) Berið fram með litlum Hawaii-ávöxtum eins og lychee, vínberjum eða ristuðum sneiðum af ferskri kókos.
f) Þennan ís má frysta í allt að 1 mánuð.
g) Takið úr frystinum 10 mínútum áður en það er borið fram til að mýkjast.

79. Mangó Kókos Chia ísl

HRÁEFNI:
- 2 þroskuð mangó, afhýdd og skorin
- 1 bolli kókosmjólk
- 2 matskeiðar hunang eða hlynsíróp
- 2 matskeiðar chiafræ

LEIÐBEININGAR:
a) Blandaðu saman þroskuðu mangóinu, kókosmjólkinni og hunangi eða hlynsírópi í blandara.
b) Blandið þar til slétt og rjómakennt.
c) Hrærið chiafræjunum saman við og látið blönduna standa í 5 mínútur til að leyfa chiafræjunum að þykkna.
d) Hellið mangó kókos chia blöndunni í íspíslaform.
e) Setjið ísspinnar í og frystið í að minnsta kosti 4 klukkustundir eða þar til það er alveg frosið.
f) Þegar það hefur frosið skaltu fjarlægja íslögin úr formunum og njóta Hawaiian mangó kókos chia íslökkanna á heitum degi!

80.Mangó Kókos Panna Cotta

HRÁEFNI:

- 1 bolli mangómauk
- 1 bolli kókosmjólk
- ¼ bolli sykur
- 1 tsk vanilluþykkni
- 2 tsk gelatínduft
- 2 matskeiðar vatn

LEIÐBEININGAR:

a) Í lítilli skál, stráið gelatíni yfir vatn og látið það blómstra í 5 mínútur.

b) Hitið mangómauk, kókosmjólk, sykur og vanilluþykkni í potti yfir meðalhita þar til það byrjar að malla.

c) Takið af hitanum og blandið blómstrandi gelatíninu út í þar til það er alveg uppleyst.

d) Hellið blöndunni í einstök skammtarglös eða ramekin.

e) Geymið í kæli í að minnsta kosti 4 klukkustundir, eða þar til það er stíft.

f) Berið fram kælt og skreytið með ferskum mangósneiðum eða rifnum kókoshnetu.

81.Piña Colada bollakökur

HRÁEFNI:
- 1 ½ bolli alhliða hveiti
- 1 ½ tsk lyftiduft
- ¼ teskeið salt
- ½ bolli ósaltað smjör, mildað
- 1 bolli kornsykur
- 2 stór egg
- 1 tsk vanilluþykkni
- ½ bolli niðursoðinn ananassafi
- ¼ bolli kókosmjólk
- ¼ bolli rifinn kókos

LEIÐBEININGAR:

a) Forhitið ofninn í 350°F (175°C) og klæddu bollakökuform í muffinsformi.
b) Hrærið saman hveiti, lyftidufti og salti í skál.
c) Í sérstakri stórri skál, kremið smjörið og sykurinn saman þar til létt og loftkennt.
d) Þeytið eggin út í, eitt í einu, og síðan vanilluþykkni.
e) Bætið þurrefnunum smám saman út í blautu hráefnin, til skiptis með ananassafa og kókosmjólk.
f) Blandið rifnu kókosnum saman við.
g) Skiptið deiginu jafnt á milli bollakökulaga.
h) Bakið í 18-20 mínútur, eða þar til tannstöngull sem stungið er í miðjuna kemur hreinn út.
i) Takið úr ofninum og látið bollurnar kólna alveg.
j) Frostið með kókossmjörkremi og skreytið með ananasbitum og rifnum kókos.

82.Ástríðuávaxtamús

HRÁEFNI:
- 1 bolli ástríðukvoða (sígað til að fjarlægja fræ)
- 1 bolli þungur rjómi
- ½ bolli sykruð þétt mjólk
- ½ tsk vanilluþykkni
- Fersk ástríðuávaxtafræ til skrauts (valfrjálst)

LEIÐBEININGAR:

a) Þeytið þungan rjómann í blöndunarskál þar til mjúkir toppar myndast.

b) Í sérstakri skál skaltu sameina ástríðuávaxtakvoða, sykraða þétta mjólk og vanilluþykkni. Blandið vel saman.

c) Blandið þeyttum rjómanum varlega saman við ástríðublönduna þar til hann hefur blandast vel saman.

d) Hellið blöndunni í matarglös eða ramekin.

e) Geymið í kæli í að minnsta kosti 2 klukkustundir, eða þar til það er stíft.

f) Áður en borið er fram, skreytið með ferskum ástríðufræjum ef vill.

g) Njóttu léttu og Hawaiian bragðsins af ástríðuávaxtamúsinni.

83. Mangó Sticky Hrísgrjón

HRÁEFNI:
- 1 bolli glutinous hrísgrjón (klíst hrísgrjón)
- 1 bolli kókosmjólk
- ½ bolli kornsykur
- ¼ teskeið salt
- 2 þroskuð mangó, skorin í sneiðar
- Ristað sesamfræ til skrauts (valfrjálst)

LEIÐBEININGAR:

a) Skolið glutinous hrísgrjónin undir köldu vatni þar til vatnið rennur út.

b) Blandið saman skoluðum hrísgrjónum, kókosmjólk, sykri og salti í pott.

c) Eldið blönduna við miðlungs lágan hita, hrærið oft þar til hrísgrjónin draga í sig vökvann og verða klístruð og mjúk (um það bil 20-25 mínútur).

d) Takið af hitanum og látið kólna aðeins.

e) Berið mangóhrísgrjónin fram með því að setja haug af klístrað hrísgrjónum á disk eða skál og raða sneiðum mangó ofan á.

f) Stráið ristuðum sesamfræjum yfir fyrir auka marr og hnetubragð.

84. Guava ostakaka

HRÁEFNI:
FYRIR SKORPAN:
- 1 ½ bolli graham cracker mola
- 1/4 bolli brætt smjör
- 2 matskeiðar kornsykur

FYRIR FYLLINGU:
- 24 aura (680 g) rjómaostur, mildaður
- 1 bolli kornsykur
- 3 stór egg
- 1 tsk vanilluþykkni
- 1 bolli guava-mauk, brætt og kælt

FYRIR GUAVA áleggið:
- 1 bolli guava mauk eða guava safi
- 1/4 bolli kornsykur
- 1 matskeið maíssterkju
- 1 matskeið vatn

LEIÐBEININGAR:
a) Forhitaðu ofninn þinn í 325°F (163°C). Smyrjið 9 tommu (23 cm) springform og setjið til hliðar.
b) Í meðalstórri skál skaltu sameina graham kex mola, bræddu smjöri og kornsykri fyrir skorpuna. Blandið vel saman þar til blandan líkist blautum sandi.
c) Þrýstið mylsnunni jafnt á botninn á tilbúnu springforminu. Notaðu bakhliðina á skeið eða flatbotna glasi til að þrýsta því þétt niður.
d) Í stórri blöndunarskál, þeytið rjómaostinn og strásykurinn saman þar til það er slétt og rjómakennt. Bætið eggjunum út í, einu í einu, þeytið vel eftir hverja viðbót. Hrærið vanilludropa út í.
e) Hellið bræddu og kældu guava-maukinu í rjómaostablönduna og þeytið þar til það hefur blandast vel saman. Gakktu úr skugga um að það séu engir kekkir.
f) Hellið ostakökufyllingunni yfir skorpuna í springforminu. Sléttið toppinn með spaða.
g) Settu springformið á ofnplötu til að ná hugsanlegum leka meðan á bakstri stendur. Bakið í forhituðum ofni í um það bil 55-60 mínútur, eða þar til brúnirnar eru stífnar og miðjan er örlítið stökk.
h) Taktu ostakökuna úr ofninum og láttu hana kólna í stofuhita. Geymið það síðan í kæli í að minnsta kosti 4 klukkustundir eða yfir nótt til að stífna alveg.
i) Á meðan ostakakan er að kólna, undirbúið guava áleggið. Blandið saman guava mauki eða guava safa, kornsykri, maíssterkju og vatni í pott. Hrærið vel til að leysa upp maíssterkjuna.
j) Setjið pottinn yfir meðalhita og eldið, hrærið stöðugt í, þar til blandan þykknar og nær vægum suðu. Takið af hitanum og látið kólna.
k) Þegar ostakakan er alveg kæld og stífluð skaltu fjarlægja hana úr springforminu. Hellið guava álegginu yfir ostakökuna og dreifið henni jafnt yfir.
l) Setjið ostakökuna aftur í kæli í um það bil 1 klukkustund til að leyfa guava álegginu að stífna.

85. Ananas kaka á hvolfi

HRÁEFNI:
FYRIR ÁFLAÐIÐ:
- ¼ bolli ósaltað smjör
- ⅔ bolli pakkaður púðursykur
- 1 dós (20 oz) ananas sneiðar, tæmd
- Maraschino kirsuber til skrauts

FYRIR Kökuna:
- 1 ½ bolli alhliða hveiti
- 2 tsk lyftiduft
- ½ tsk salt
- ½ bolli ósaltað smjör, mildað
- 1 bolli kornsykur
- 2 stór egg
- 1 tsk vanilluþykkni
- ½ bolli ananassafi

LEIÐBEININGAR:
a) Forhitið ofninn í 350°F (175°C) og smyrjið 9 tommu hringlaga kökuform.
b) Bræðið smjörið fyrir áleggið í potti við meðalhita.
c) Hrærið púðursykrinum saman við þar til hann er uppleystur og freyðandi.
d) Hellið blöndunni í smurða kökuformið og dreifið henni jafnt yfir.
e) Raðið ananassneiðum ofan á púðursykurblönduna. Setjið maraschino kirsuber í miðju hverrar ananassneið.
f) Í skál, þeytið saman hveiti, lyftiduft og salt fyrir kökuna.
g) Í sérstakri stórri skál, kremið smjörið og sykurinn saman þar til létt og loftkennt.
h) Þeytið eggin út í, eitt í einu, og síðan vanilluþykkni.
i) Bætið þurrefnunum smám saman við blautu hráefnin, til skiptis með ananassafa.
j) Hellið deiginu yfir ananassneiðarnar í kökuforminu.
k) Bakið í 40-45 mínútur, eða þar til tannstöngull sem stungið er í miðjuna kemur hreinn út.
l) Takið úr ofninum og látið kökuna kólna á forminu í 10 mínútur.
m) Hvolfið kökunni á borðplötu, takið formið varlega af.
n) Berið fram ananas kökuna á hvolfi heita eða við stofuhita og sýnið karamellulaga ananas áleggið.

86.Kókos makrónur

HRÁEFNI:
- 2 ⅔ bollar rifin kókos
- ⅔ bolli sykrað þétt mjólk
- 1 tsk vanilluþykkni

LEIÐBEININGAR:
a) Forhitið ofninn í 325°F (163°C) og klæddu bökunarplötu með bökunarpappír.
b) Blandið saman rifnum kókoshnetu, sykraða niðursoðnu mjólk og vanilluþykkni í skál. Blandið vel saman þar til það hefur blandast að fullu saman.
c) Notaðu matskeið eða kexskeið, slepptu ávölum haugum af kókosblöndunni á tilbúna bökunarplötuna með um það bil 2 tommu millibili.
d) Bakið í 15-18 mínútur, eða þar til brúnirnar eru orðnar gullinbrúnar.
e) Takið úr ofninum og látið makrónurnar kólna á ofnplötu í nokkrar mínútur.
f) Færið makrónurnar yfir á vírgrind til að kólna alveg.
g) Valfrjálst: Dreypið bræddu súkkulaði yfir kældar makrónurnar fyrir aukinn sætleika og bragð.
h) Berið fram kókosmakrónurnar sem yndislegan og seiginn Hawaiian eftirrétt.

87.Ananas kókos ís

HRÁEFNI:
- 2 bollar niðursoðin kókosmjólk
- 1 bolli mulinn ananas, tæmd
- ½ bolli kornsykur
- 1 tsk vanilluþykkni

LEIÐBEININGAR:
a) Blandaðu saman kókosmjólk, muldum ananas, sykri og vanilluþykkni í blandara eða matvinnsluvél. Blandið þar til slétt og vel blandað saman.
b) Hellið blöndunni í ísvél og hrærið í samræmi við leiðbeiningar framleiðanda.
c) Þegar ísinn hefur náð mjúkri þéttleika skaltu setja hann yfir í ílát með loki.
d) Frystið ísinn í nokkrar klukkustundir, eða þar til hann er orðinn stífur.
e) Berið ananas kókosísinn fram í skálum eða keilum og njótið Hawaii-bragðsins.

88. Kókos hrísgrjónabúðingur

HRÁEFNI:
- 1 bolli jasmín hrísgrjón
- 2 bollar vatn
- 2 bollar kókosmjólk
- ½ bolli kornsykur
- ½ tsk salt
- ½ tsk vanilluþykkni
- Ristar kókosflögur til skrauts (valfrjálst)

LEIÐBEININGAR:

a) Blandið saman jasmín hrísgrjónum og vatni í pott. Látið suðuna koma upp, lækkið hitann í lágan, lokið á og látið malla í um 15 mínútur eða þar til hrísgrjónin eru soðin og vatnið frásogast.

b) Bætið kókosmjólk, strásykri, salti og vanilluþykkni við soðnu hrísgrjónin. Hrærið vel til að blanda saman.

c) Eldið blönduna við miðlungs lágan hita, hrærið af og til, í 15-20 mínútur eða þar til hrísgrjónin draga í sig kókosmjólkina og búðingurinn þykknar.

d) Takið af hitanum og látið kólna aðeins.

e) Berið kókoshrísgrjónabúðinginn fram heitan eða kældan.

f) Skreytið með ristuðum kókosflögum fyrir aukna áferð og bragð.

89. Mangó kókosterta

HRÁEFNI:
FYRIR SKORPAN:
- 1 ½ bolli graham cracker mola
- ¼ bolli kornsykur
- ½ bolli ósaltað smjör, brætt

FYRIR FYLLINGU:
- 2 bollar þroskaðir mangóbitar
- 1 bolli kókosmjólk
- ½ bolli kornsykur
- ¼ bolli maíssterkju
- ¼ teskeið salt
- ½ bolli rifin kókos
- Mangó í sneiðum til skrauts (valfrjálst)

LEIÐBEININGAR:
a) Forhitið ofninn í 350°F (175°C) og smyrjið 9 tommu tertuform.
b) Í skál skaltu sameina graham cracker mola, kornsykur og brætt smjör fyrir skorpuna. Blandið vel saman.
c) Þrýstið skorpublöndunni í botninn og hliðarnar á tertuforminu og búið til jafnt lag.
d) Bakið skorpuna í 10 mínútur, takið síðan úr ofninum og látið kólna.
e) Blandið mangóbitunum saman í blandara eða matvinnsluvél þar til þær eru sléttar.
f) Í potti, þeytið saman kókosmjólk, strásykur, maíssterkju og salt fyrir fyllinguna.
g) Eldið blönduna við meðalhita, hrærið stöðugt í, þar til hún þykknar og kemur að suðu.
h) Takið af hitanum og hrærið blandað mangó og rifnum kókos saman við.
i) Hellið mangó-kókosfyllingunni í bökuðu skorpuna.
j) Sléttið toppinn með spaða.
k) Bakið í 15-20 mínútur í viðbót, eða þar til fyllingin er orðin stíf og brúnirnar gullnar.
l) Takið úr ofninum og látið kólna alveg á pönnunni.
m) Þegar það hefur verið kælt skaltu setja í kæli í að minnsta kosti 2 klukkustundir til að kæla og stífna.
n) Áður en borið er fram, skreytið með sneiðum mangó, ef vill.
o) Skerið og berið fram mangó-kókostertu sem Hawaiian og rjómalöguð eftirrétt.

90.Papaya lime sorbetó

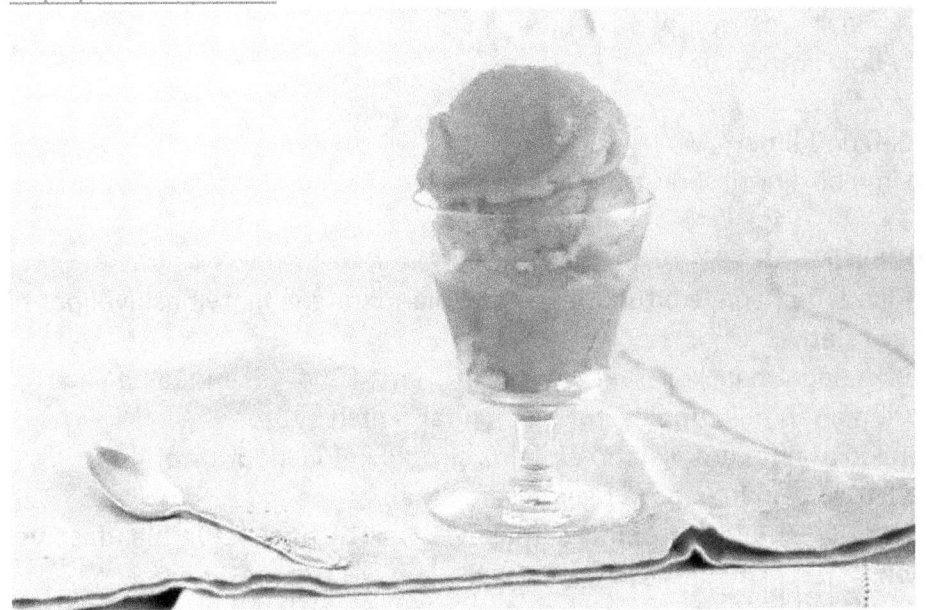

HRÁEFNI:
- 2 bollar þroskaðir papaya bitar
- ½ bolli kornsykur
- ¼ bolli vatn
- Safi úr 2 lime
- Lime börkur til skrauts (valfrjálst)

LEIÐBEININGAR:

a) Blandaðu papaya bitunum saman í blandara eða matvinnsluvél þar til þau eru slétt.

b) Blandið saman kornsykri og vatni í pott. Hitið yfir meðalhita þar til sykurinn er að fullu uppleystur og myndar einfalt síróp.

c) Takið af hitanum og látið einfalda sírópið kólna niður í stofuhita.

d) Blandið saman papaya og limesafa í skál.

e) Hrærið einfalda sírópinu saman við þar til það hefur blandast vel saman.

f) Hellið blöndunni í ísvél og hrærið í samræmi við leiðbeiningar framleiðanda.

g) Settu sorbetóið yfir í ílát með loki og frystið í nokkrar klukkustundir, eða þar til það er stíft.

h) Berið fram papaya lime sorbetó í skálum eða keilum.

i) Skreytið með lime-berki fyrir auka bragð af sítrus.

91.Kókos bananabúðingur

HRÁEFNI:
- 3 stórir þroskaðir bananar
- 1 dós (13,5 oz) kókosmjólk
- ½ bolli kornsykur
- ¼ bolli maíssterkju
- ¼ teskeið salt
- 1 tsk vanilluþykkni
- ½ bolli rifin kókos til skreytingar (valfrjálst)

LEIÐBEININGAR:

a) Blandið þroskuðum bananum saman í blandara eða matvinnsluvél þar til þeir eru sléttir.
b) Í potti, þeytið saman kókosmjólk, kornsykur, maíssterkju og salt.
c) Eldið blönduna við meðalhita, hrærið stöðugt í, þar til hún þykknar og kemur að suðu.
d) Takið af hitanum og hrærið blönduðu bönunum og vanilluþykkni saman við.
e) Hellið kókosbananabúðingnum í framreiðsluskálar eða ramekin.
f) Geymið í kæli í að minnsta kosti 2 klukkustundir, eða þar til kælt og stíft.
g) Áður en borið er fram, skreytið með rifnum kókos, ef vill.
h) Njóttu rjóma- og Hawaii-bragðsins af kókosbananabúðingnum.

92. Ananas Kókos Mola

HRÁEFNI:
FYRIR FYLLINGU:
- 4 bollar ferskir ananasbitar
- ¼ bolli kornsykur
- 2 matskeiðar maíssterkju
- 1 matskeið ferskur sítrónusafi

FYRIR MOLA TOPPING:
- 1 bolli alhliða hveiti
- ½ bolli kornsykur
- ½ bolli ósaltað smjör, brætt
- ½ bolli rifin kókos

LEIÐBEININGAR:
a) Forhitið ofninn í 350°F (175°C) og smyrjið bökunarform.

b) Blandaðu saman ananasbitum, kornsykri, maíssterkju og sítrónusafa í fyllingu í skál. Blandið vel saman þar til ananasinn er húðaður.

c) Hellið ananasfyllingunni í smurt eldfast mót.

d) Í sérstakri skál, blandaðu öllu hveiti, kornsykri, bræddu smjöri og rifnum kókoshnetu saman fyrir Mola toppinn. Blandið þar til blandan líkist grófum mola.

e) Stráið Mola-álegginu jafnt yfir ananasfyllinguna í bökunarforminu.

f) Bakið í 30-35 mínútur, eða þar til áleggið er gullinbrúnt og ananasfyllingin freyðandi.

g) Takið úr ofninum og látið kólna aðeins.

h) Berið fram ananas kókos Mola heitt með kúlu af vanilluís eða skvettu af þeyttum rjóma fyrir yndislegan Hawaiian eftirrétt.

KOKTEILAR, HRISTINGAR OG SMOOTHIES

93.Hawaiian Sólarupprás Hrista

HRÁEFNI:
- 1 bolli möndlumjólk eða vatn
- 2 skeiðar vanillu próteinduft
- ½ banani
- ½ bolli ananas
- ½ bolli grísk jógúrt
- stevia eftir smekk
- handfylli af ísmolum

LEIÐBEININGAR:
a) Blandið þar til slétt.
b) Smakkið til og stillið ís eða hráefni ef þarf.

94. Bláa Hawaii

HRÁEFNI:
- 2 aura vodka
- 2 aura kókosmjólk
- 1 únsa sítrónusafi
- Klípa sykur
- Dash Curacao

LEIÐBEININGAR:

a) Blandaðu saman vodka, kókosmjólk, sítrónusafa, sykri og Curacao í kokteilhristara.

b) Hristið.

95. Hawaiian Margarita

HRÁEFNI:
- 2 aura tequila
- 1-eyri lime safi
- 1 eyri appelsínusafi
- 1 únsa ananassafi
- ½ aura einfalt síróp
- Lime bátur og salt til að fylla (valfrjálst)

LEIÐBEININGAR:
a) Ef þess er óskað, mátið glasið með salti með því að nudda lime bát um brúnina og dýfa því í saltið.
b) Fylltu hristara með ísmolum.
c) Bætið tequila, lime safa, appelsínusafa, ananassafa og einföldu sírópi út í hristarann.
d) Hristið vel.
e) Sigtið blönduna í tilbúið glas fyllt með ís.
f) Skreytið með limebát.
g) Berið fram og njótið!

96.Mangó Mojito Mocktail

HRÁEFNI:

- 1 þroskað mangó, afhýtt og skorið í teninga
- 1-eyri lime safi
- 1 eyri einfalt síróp
- 6-8 fersk myntublöð
- Gosvatn
- Mangó sneið og myntu kvistur til skrauts

LEIÐBEININGAR:

a) Í glasi, blandið mangó teningunum með lime safa og einföldu sírópi.
b) Bætið við ísmolum og rifnum myntulaufum.
c) Toppið með gosvatni.
d) Hrærið varlega.
e) Skreytið með mangósneið og myntugrein.
f) Berið fram og njótið þessa hressandi mocktail!

97.Kókos limeade

HRÁEFNI:
- 1 bolli kókosvatn
- ¼ bolli lime safi
- 2 matskeiðar einfalt síróp
- Lime sneiðar og myntublöð til skrauts

LEIÐBEININGAR:
a) Blandið saman kókosvatni, limesafa og einföldu sírópi í könnu.
b) Hrærið vel til að blanda saman.
c) Bætið ísmolum í framreiðsluglös.
d) Hellið kókoslimeadinu yfir ísinn í hverju glasi.
e) Skreytið með lime sneiðum og myntulaufum.
f) Hrærið varlega áður en borið er fram.
g) Njóttu hressandi og bragðmikils bragðs af þessum havaíska limeade mocktail!

98.Hawaiian Sangria

HRÁEFNI:
- 1 flaska af hvítvíni
- 1 bolli ananassafi
- ½ bolli appelsínusafi
- ¼ bolli romm
- 2 matskeiðar einfalt síróp
- Margs konar Hawaii-ávextir
- Club gos (valfrjálst)
- Myntublöð til skrauts

LEIÐBEININGAR:

a) Blandaðu saman hvítvíni, ananassafa, appelsínusafa, rommi og einföldu sírópi í stóra könnu.
b) Hrærið vel til að blanda saman.
c) Bætið sneiðum Hawaiian ávöxtunum í könnuna.
d) Geymið í kæli í að minnsta kosti 1 klukkustund til að leyfa bragðinu að blandast saman.
e) Til að bera fram skaltu hella Hawaiian sangria í glös fyllt með ís.
f) Ef þess er óskað, toppið með skvettu af club gosi fyrir gosi.
g) Skreytið með myntulaufum.
h) Njóttu og njóttu ávaxtaríkrar og frískandi Hawaiian sangríu!

99.Vatnsmelóna lime kælir

HRÁEFNI:
- 2 bollar fersk vatnsmelóna, í teningum
- Safi úr 2 lime
- 2 matskeiðar hunang
- 1 bolli freyðivatn
- Vatnsmelónusneiðar og myntugreinar til skrauts

LEIÐBEININGAR:
a) Blandið fersku vatnsmelónunni í blandara þar til hún er slétt.
b) Sigtið vatnsmelónusafann í könnu til að fjarlægja kvoða.
c) Bætið limesafa og hunangi í könnuna.
d) Hrærið vel til að leysa hunangið upp.
e) Rétt áður en borið er fram skaltu bæta freyðivatni í könnuna og hræra varlega.
f) Hellið vatnsmelónu lime kælinum í glös fyllt með ís.
g) Skreytið með vatnsmelónusneiðum og myntugreinum.
h) Soppa og njóttu þessa hressandi og raka Hawaiian kælir!

100. Mangó grænt te

HRÁEFNI:
- 2 bollar bruggað grænt te, kælt
- 1 bolli þroskaðir mangókubbar
- 1 matskeið hunang (valfrjálst)
- Ísmolar
- Mangó sneiðar til skrauts

LEIÐBEININGAR:
a) Blandið þroskuðum mangóbitum í blandara þar til það er slétt.
b) Í könnu skaltu sameina bruggaða græna teið og mangómaukið.
c) Hrærið vel til að blanda saman.
d) Ef þess er óskað skaltu bæta við hunangi til að sæta teið.
e) Fylltu matarglös með ísmolum.
f) Hellið mangógrænu teinu yfir ísinn í hverju glasi.
g) Skreytið með mangósneiðum.
h) Hrærið varlega áður en borið er fram.
i) Njóttu Hawaiian bragðsins af þessu hressandi mangó græna tei!

NIÐURSTAÐA

Þegar við komum að endalokum þessarar matreiðsluferðar vonum við að " Hawaii-veislu fyrir " hafi kveikt ástríðu þína fyrir Hawaiian matargerð og veitt þér innblástur til að koma með bragð af eyjunum inn í eldhúsið þitt. Bragðin, ilmurinn og hefðirnar á Hawaii eru sannarlega einstakar og við hvetjum þig til að halda áfram að kanna og gera tilraunir með uppskriftirnar og tæknina sem er deilt í þessari matreiðslubók.

Hvort sem þú ert að undirbúa hefðbundna Hawaii-veislu fyrir sérstakt tilefni, endurskapa uppáhaldsrétt úr eyjufríinu þínu eða fylla hversdagsmáltíðir þínar með snertingu af aloha anda, megi þessi matreiðslubók vera traustur félagi þinn. Faðmaðu líflega bragðið frá Hawaii, fagnaðu fjölbreyttri matararfleifð og leyfðu kjarna eyjanna að auðga matarupplifun þína.

Þegar þú leggur af stað í þín eigin matreiðsluævintýri, mundu að gæða þér á hverjum bita og deila gleðinni af Hawaii-matargerð með ástvinum þínum. Bragðin af aloha hefur leið til að leiða fólk saman, skapa varanlegar minningar og efla tilfinningu fyrir hlýju og gestrisni.

Safnaðu því hráefninu þínu, slepptu sköpunargáfunni lausu og láttu bragðið af Hawaii flytja þig á stað þar sem sólin, hafið og andi aloha er í miklu magni. Gleðilega eldamennsku og megi eldhúsið þitt fyllast af ómótstæðilegum ilmi og lifandi bragði Hawaii-eyja!

www.ingramcontent.com/pod-product-compliance
Lightning Source LLC
Chambersburg PA
CBHW050152130526
44591CB00033B/1284